AF659608

अभिप्राय

बागकामाची हौस व छंद यातून वनस्पती संवर्धनाचे शिक्षण घेणे आणि अनेक कार्यशाळा व क्लासेस घेत, ते इतरांपर्यंत पोहोचवण्याचे सामाजिक कार्य लेखिका सुनीती देशमुख यांनी 'छंद बागेचा' हे पुस्तक लिहून केले आहे.

लोकप्रभा मासिक, ४ सप्टेंबर २०१५

सुनीतीताईंनी फक्त रोपे कशी लावावीत, वाढवावीत एवढेच सांगितले नाही तर त्यात सौंदर्यही ओतले आहे. बागेचा इतिहास, बागेची आखणी, हिरवळ, गच्चीवरील बाग, धबधबा, पुनर्निर्मिती, बागेचं सौंदर्य वाढवणाऱ्या शोभिवंत वस्तू, सुंदर दगड-धोंडे, त्यावरील रोपे, तबकातील बाग, पुष्परचना, फुलांची रांगोळी, गालिचा अशा अनेकविध प्रकारांनी त्यांचं हे पुस्तक बहरलं आहे.

रोपवाटिका, जैविक खत तयार करणे, पुष्परचना करून देणे, काष्ठशिल्प, धबधबा तयार करून देणे अशा व्यवसायाच्या कल्पनाही समोर येतात. झुळझुळ वाहणाऱ्या निर्झरासारखं वाहतं पुस्तक सगळ्या वयोगटांसाठी आहे.

सौ. अलका बियाणी

बागेच्या इतिहासापासून ते नावीन्यपूर्ण संकल्पनांचे संकलन उत्कृष्टरीत्या करण्यात आले आहे. जैवविविधता तसेच पर्यावरणाचा समतोल कसा राखता येईल, यावरही भर देण्यात आला आहे.

प्रा. डॉ. (सौ.) अंजली साळवी

सुनीतीताईंच्या अभ्यासातून आणि विचारमंथनातून निसर्गनीतीचे नवनीतच पुस्तकाच्या रूपांत आपल्यासमोर आले आहे. अगदी कमी वेळात दुसरे संस्करण होत आहे यावरूनच या पुस्तकाची उपयुक्तता सिद्ध होते.

डॉ. सौ. सुषमा गुणवंत रोटे

बागेच्या व बागकामाच्या सर्व घटकांना स्पर्श करून, सोप्या भाषेत मांडलेले मराठीतील संग्राह्य पुस्तक आहे. सामान्य नागरिकापासून व्यावसायिकापर्यंत सर्वांनाच उपयोगी आहे.

वि. दि. सावंत

बी-बियाणे, रोपे, जल, फळे-फुले, खते, कुंड्या इत्यादीची मूलभूत माहिती या पुस्तकातून मिळते. शहरातील आणि खेड्यांतील सर्व लोकांच्या मनात बागेविषयी, बागकामाविषयी आणि पर्यायाने निसर्गाविषयी प्रेम निर्माण करणारे हे पुस्तक आहे.

मोहन शंकर वायचळ

बोन्साय विद्यादानातून मनाचा बोन्साय रोखण्याचे प्रशिक्षण देणाऱ्या छोट्या जागेतही जगणे सुंदर करणारी सुंदर बाग फुलवता येते आणि त्या छंदातून मन सदैव प्रफुल्लित आणि हिरवेगार ठेवता येते हा संदेश सुनीतीताई देशमुख यांनी दिला आहे.

संजय मालपाणी

छंद बागेचा

सुनीती मंगेश देशमुख

मेहता पब्लिशिंग हाऊस

Please contact us at **Mehta Publishing House,** Pune 411030.
✆ +91 020-24476924 / 24460313 / Mob. No. 9545000513
Email : production@mehtapublishinghouse.com
Website : www.mehtapublishinghouse.com

- *या पुस्तकातील लेखकाची मते, घटना, वर्णने ही त्या लेखकाची असून त्याच्याशी प्रकाशक सहमत असतीलच असे नाही.*

CHAND BAGECHA by SUNITI DESHMUKH

छंद बागेचा : सुनीती देशमुख / बागकाम

Email : author@mehtapublishinghouse.com

प्रकाशक : सुनील अनिल मेहता, मेहता पब्लिशिंग हाऊस,
१९४१, सदाशिव पेठ, माडीवाले कॉलनी, पुणे – ४११०३०.

मुद्रक : पार्कसन्स ग्राफिक्स

मुखपृष्ठ : चंद्रमोहन कुलकर्णी

प्रकाशनकाल : ४ नोव्हेंबर, २०१३ / जून, २०१७ /
सुधारित आवृत्ती जानेवारी, २०१८

किंमत : ₹ २२०

P Book ISBN 9788184985207
E Book ISBN 9789386745972
E Books available on : amazonkindle Apple Books Google Play Books

---

माझा मोठा मुलगा पराग यास,
हे पुस्तक प्रसिद्ध व्हावे अशी त्याची खूप इच्छा होती.
त्याच्या स्मृतीस माझी ही प्रेमाची आदरांजली.

मनोगत

लहानपणापासूनच मला फुलझाडांची व बागेची हौस. जशी जमेल तशी, माझी ही आवड मी जोपासतच गेले. आजपर्यंत ती तशीच आहे.

खरेतर मी तत्त्वज्ञानाचा इतिहास (History of Philosophy) या विषयामध्ये एम.ए. केले. मोडी व संस्कृत शिकून त्यामध्येच करिअर करावे अशी माझी मनोमन इच्छा होती. पण मुलांचे शिक्षण व सतत होणाऱ्या पतीच्या बदल्यांमुळे ते काही जमले नाही. पण एवढ्या धकाधकीच्या आयुष्यातून बागेची हौस कधीच कमी झाली नाही. बदलीच्या जागी जाईन तिथे, जमेल तशा बागा केल्या, झाडे लावली. घर जमिनीवर नसेल तर फ्लॅटमध्ये बाल्कनीत कुंड्या असायच्याच. ४०-४५ वर्षे यात खंड पडला नाही. मधून-मधून पुष्परचनेचे क्लास, बोन्साय या कलांविषयी माहिती घेणे चालू असायचे.

मी कोल्हापूरला स्थायिक होऊन २५ वर्षे झाली, आणि मला माझ्या छंदासाठी बराच वेळ मिळू लागला. आता माझ्या बागेत तीन नारळाची झाडे आहेत. त्यामुळे वर्षभर मला नारळ मिळतात. शिवाय तीन ते चार हजार रुपयांचे नारळ विकलेही जातात. वर्षाला मला आंबेपण विकत घ्यावे लागत नाही. त्या शिवाय लिंबू, पेरू, चिकू, आवळे ही फळे आहेतच. किचन गार्डनमधून मला पुदिना, कढीपत्ता, गवती चहा, अळू अगदी कमी जागेत व कमी श्रमात मुबलक प्रमाणात ताजे वापरायला मिळतात. औषधी वनस्पतींमध्ये तुळस, वाळा, इन्शुलीन प्लँट, आवळा, कोरफड, अडुळसा, माका आहेत. त्यांचाही मी उपयोग करून घेते.

कोल्हापूरला स्थायिक झाल्यानंतर आधी काही वर्षे शिक्षण घेणे व नंतर काही क्लासेस घेणे, कार्यशाळा घेणे हे चालू ठेवले. गेली २५ वर्षे मी 'कोल्हापूर गार्डन क्लब' या संस्थेच्या कार्यकारिणीची सभासद आहे. बरीच वर्षे सचिव, उपाध्यक्ष म्हणूनही मला काम करण्याची संधी मिळाल्याने अनेक बागा बघता आल्या.

सुरुवातीला स्पर्धांमधून भागही घेत होते. बागेविषयीची अनेक व्याख्याने ऐकली. कार्यशाळांमध्ये भाग घेण्याची संधीही मिळत होती. शिवाय शिवाजी विद्यापीठामध्ये एक वर्ष मुदतीचा 'उद्यानविद्या' नावाचा कोर्स घेतला जातो, तोही मी पूर्ण केला. चाळीस वर्षांपूर्वी सतीश आजगावकरांकडे पहिला पुष्परचनेचा कोर्स केला. तेथून माझ्या आवडीत भर पडत गेली. ते हॉटेल 'ताज'मध्ये पुष्परचना करायचे. चाळीस वर्षांपूर्वी 'बोन्साय' व 'इकेबाना' या जपानी कलांविषयी 'महाराष्ट्र टाइम्स'मध्ये लेख वाचले, तेव्हापासून या कलांविषयी कुतूहल होते. पण ते शिकण्यासाठी कोणती साधने त्या वेळेला उपलब्ध नव्हती.

इंदूताई टिळकांकडे मी तीन वर्षे मधून-मधून इकेबाना शिकण्यासाठी जात असे. त्यांच्याकडे मी ओहारा स्कूलचा 'शिक्षकाचे प्रशिक्षण'पर्यंत अभ्यासक्रम पूर्ण केला. त्यांच्याकडून इकेबानाविषयी खूप काही शिकायला मिळाले.

लॉनवर जेव्हा मी स्प्रिंकलर लावते, तेव्हा सकाळच्या वेळी पिवळ्या चिमण्या, शिंपीण (टेलर बर्ड) अंघोळीला येतात. गिरक्या घेत-घेत पाण्यात भिजत असतात. ते दृश्य इतके मनोहारी असते की, सर्व कामं सोडून तो सोहळा बघत राहावा असं मला वाटतं. दुपारच्या वेळेला एक भारद्वाजाची जोडी कमळाच्या पुष्करिणीमधील पाणी पिण्यास येते. मुंगुसं तर आहेतच. कधीकधी मधाचे पोळे लागलेले दिसते. एवढ्या शहरी गजबजलेल्या भागात ही जीवसृष्टी तग धरून आहे याचा मला अभिमान वाटतो. चिमण्या मात्र गायब झाल्या आहेत याचे मला वाईट वाटते. शिंपीण, बुलबुल, नाचणपक्षी हे घरटीही करतात. सकाळच्या वेळी कोकिळेच्या आवाजानेच मला जाग येते.

पुण्यातल्या 'फ्रेंड्स ऑफ बोन्साय' या संस्थेची मी दोन वर्षे सभासद होते. तिथेही बोन्सायच्या अनेक कार्यशाळांत भाग घेता आला. ज्योती परीख व निकुंज परीख यांच्या कार्यशाळेत शिकण्याचीही मला संधी मिळाली आणि माझी आवड मी पूर्ण करू शकले. सध्या मी कोल्हापूर बोन्साय क्लबची संस्थापक अध्यक्षा असून, हा क्लब मुंबईच्या 'इंडोजापनीज असोशिएशन बोन्साय स्टडी ग्रुप' या संस्थेशी संलग्न आहे.

पुण्यातल्या बऱ्याच बोन्साय तज्ज्ञांची व्याख्याने व कार्यशाळा यांत भाग घ्यायची संधी मिळाल्यामुळे मला माझी आवड जोपासता आली. १५-२० वर्षांपूर्वी कोल्हापूरला बोन्साय, इकेबाना इ. कला शिकण्यासाठी फारशी साधने उपलब्ध नव्हती. मला हे सर्व बागकाम शिकण्यासाठी अडचणी आल्या. या अडचणी अन्य कोणाला येऊ नये अशा भावनेने हे पुस्तक लिहिण्याचा विचार मी केला. आजही मी परीक्षक म्हणून किंवा कार्यशाळा घेण्यासाठी जाते, तेव्हा बऱ्याच विद्यार्थ्यांची, महिलांची मागणी असते की, आम्हाला बोन्साय, हंडीतील बाग, भाज्यांची सजावट,

सॅलेड डेकोरेशन शिकवा, पण एकाच वेळेला सर्व शिकवणे शक्य होत नाही. त्यांना या पुस्तकाचा नक्कीच उपयोग होईल.

मी अनेक महिला मंडळे, रोटरी, इनरव्हील क्लब, शाळा, कॉलेज, मूकबधिर विद्यालय, श्रमिक विद्यापीठ, शिवाजी विद्यापीठ येथील प्रौढ शिक्षण विभाग व उद्यानविद्या कोर्स, सांगली, गडहिंग्लज, निपाणी, बेळगाव या ठिकाणी पुष्परचना, सॅलेड डेकोरेशन, बोन्सायच्या कार्यशाळा घेतल्या. ग्रामीण भागातसुद्धा या कलांचा बऱ्यापैकी प्रसार झालेला दिसतो.

माझ्यापेक्षा अनेक तज्ज्ञ व्यक्ती या क्षेत्रात कार्यरत आहेत, याची जाणीव मला आहे. पण अर्धशिक्षित माळीकाम करणारे, ग्रामीण भागातील महिला, गृहिणी यांच्यामध्ये ही आवड वाढते आहे. त्यांच्यासाठी मराठीत पुस्तके खूप कमी आहेत. त्यांना या पुस्तकाचा उपयोग रोजगार व मिळकतीसाठीही होऊ शकेल. उदा. रोपे तयार करणे, बोन्साय, बॉटल गार्डन, रॉक प्लँटिंग, शुष्ककाष्ठ तयार करून विकणे, ड्राय फ्लॉवर अरेंजमेंटचे साहित्य तयार करून विकणे, गांडूळखत तयार करणे, सावलीतल्या झाडांची लायब्ररी, मॉसस्टिक तयार करणे, बोन्सायची माती तयार करून विकणे असे लघुउद्योग चालू करता येतील. त्यांना हे पुस्तक नक्कीच उपयोगी पडेल. शिवाय हे पुस्तक वाचून कोणामध्ये बगिचा करण्याची, झाडे लावण्याची आवड निर्माण झाली तर पर्यावरणासाठी थोडासा हातभार लागेल अशी अपेक्षा करते.

– सौ. सुनीती देशमुख

प्रस्तावना

'२०१० जागतिक जैवविविधता वर्ष' आपल्यासाठी निसर्ग संवर्धनाचा संदेश घेऊन आले. वनस्पती संवर्धनाचे विविध मार्ग चोखाळणाऱ्या आदरणीय सौ. सुनीती देशमुख या आपल्या सर्वांसाठी अभ्यासू व व्यासंगी 'निसर्ग संवर्धक' म्हणून आदर्श म्हणता येतील. छंद म्हणून गेली पस्तीस वर्षे त्यांनी विविध ठिकाणांहून पुष्परचना, बोन्साय यांचा अभ्यास केला. आत्मसात केलेल्या कलेचा अखंड प्रयोगातून विकास करणे हे आदर्श प्रयोगशील काम त्यांनी चालू ठेवले. निसर्गाच्या प्रतिकृती प्रतीत करणाऱ्या 'डिश गार्डन', 'वॉटर गार्डन' या नवनव्या संकल्पना आत्मसात केल्या. 'म्युरल गार्डनिंग', 'टेरारिअम' या स्वत:च्या सर्जनशीलतेतून त्यांनी विकसित केलेल्या नावीन्यपूर्ण कला तर अतुलनीय आहेत. गृहिणी म्हणून जबाबदारी पार पाडताना, वसुंधरेच्या विविधतेतील असे बारकावे न्याहाळून त्यांचा शास्त्रशुद्ध अभ्यास करणाऱ्या सुनीतीकाकींना 'व्यासंगी संशोधक'च म्हणता येईल. या सर्व उद्यानपद्धतींचा अभ्यास, विकास व इतरांना निर्भेळ मार्गदर्शन करणाऱ्या त्या एक दुर्मीळ शिक्षिका आहेत. बोन्सायसारख्या विषयामध्ये प्रावीण्य मिळवण्यासाठी अंगी जपानी लोकांची शिस्त असावी लागते व तपस्व्यांची मनोवृत्ती बाणावी लागते. 'वामन वृक्ष' जतन कलेचा अभ्यास करणाऱ्या व समाजात त्याचा प्रसार करणाऱ्या त्या खऱ्या तपस्विनीच!

आपल्या अभ्यासपूर्ण तपस्येचे फलित निरलसपणे इतर उद्यानप्रेमींना लाभावे हा पवित्र उद्देश ठेवूनच त्यांनी हे पुस्तकलिखाण केले. या विविध कला इतरांनाही आपल्या अनुभवातून अनुभवण्यास मिळाव्यात असा त्यांचा अट्टहास आहे.

ऱ्हास होणाऱ्या अनेक जाती, विविध वनस्पती जतन करायला शिकवणाऱ्या या कलेकडे एक सर्जनशील, सौंदर्यपूर्ण प्रयोग म्हणून बघण्याचा आधुनिक दृष्टिकोन या पुस्तकातून वाचकांना निश्चितच मिळेल. स्वत: केलेल्या प्रयोगांचा सचित्र परिपाक

यात असल्यामुळे ते वाचताना, नेमके काय करावे याबद्दलचा उपयुक्त 'टिप्स' यातून मिळतील, तर नवशिक्यांना नव्याने हे सर्व करण्याची स्फूर्तीही मिळेल. निसर्गसंवर्धनाचे हे नावीन्यपूर्ण धडे गिरवण्यासाठी नव्या पिढीला तसेच 'बोन्साय इंडस्ट्री'सारख्या नव्या उद्योगांना चालना देण्यास हे पुस्तक निश्चितच उपयुक्त ठरेल. उद्यानप्रेमींनी व निसर्गप्रेमींनी याचा भरभरून लाभ घ्यावा व सौ. सुनीतीकाकींचा व्यासंग अजून व्यापक व्हावा ही सदिच्छा.

– सौ. डॉ. धनश्री पाटील
विभाग प्रमुख
वनस्पतीशास्त्र विभाग
गोपाळकृष्ण गोखले कॉलेज,
कोल्हापूर

आभार

आमच्या संपूर्ण देशमुख परिवारावर नेहमी कृपादृष्टी ठेवणारे आमचे गुरू सद्गुरू संत श्री मधुकर शिप्पुरकर यांचे मार्गदर्शन व आशीर्वाद लाभले, प्रथम त्यांना अभिवादन करून त्यांचे आभार मानते.

हे पुस्तक लिहिताना मला अनेक जणांचे साहाय्य घ्यावे लागले. सर्वांची नावे घ्यायची, तर त्याचेच एक पुस्तक व्हायचे!

सर्वप्रथम या पुस्तकाचे प्रकाशक सुनील मेहता यांचे मी मन:पूर्वक आभार मानते. त्यांच्या प्रोत्साहनामुळेच मी हे धाडस केले. दरवर्षी आमच्या गार्डन क्लब संस्थेचे 'रोजेट' नावाचे मासिक निघते, त्यामध्ये माझा एक लेख असतो. हे सर्व लेख एकत्र करून छोटे पुस्तक काढावे ही कल्पना प्रा. डॉ. धनश्री पाटील यांची. ते लेख घेऊन मी माझ्या मुलाचा, म्हणजे पराग देशमुख याचा मित्र सुनील मेहता यांचेकडे गेले. मुलाचा मित्र म्हणून मी त्यांच्याकडे संपर्क साधू शकले, नाहीतर एवढ्या मोठ्या प्रकाशकाकडे जाण्याची माझी हिंमत झाली नसती. त्यांनी आणखी काही प्रकरणे लिहायला सांगून मला प्रोत्साहित केले. त्यामुळे खरेतर हे पुस्तक मी लिहू शकले. त्यांचे शतश: आभार. मला अनेक संस्था, शाळा, कॉलेज, महिलामंडळे, रोटरी क्लब इत्यादींनी व्याख्याने व कार्यशाळा घेण्याची संधी दिली. त्यामुळे माझे मनोधैर्य उंचावले. त्यामध्ये विशेषत: गोखले कॉलेज संस्थेचे सेक्रेटरी मा. प्रा. श्री. जयकुमार देसाई, अध्यक्षा श्रीमती शिवानी देसाई यांनी संस्थेची लायब्ररी वापरू दिली, त्यांचेही मन:पूर्वक आभार. गोखले कॉलेजच्या वनस्पती विभाग प्रमुख प्रा. सौ. धनश्री सागर पाटील यांच्या सततच्या प्रयत्न व मदतीमुळे हे पुस्तक मी पुरे करू शकले. गार्डन क्लबच्या अध्यक्षा डॉ. सुषमा रोटे, डॉ. प्रा. अंजली साळवी, विवेकानंद कॉलेजच्या माजी प्राचार्या डॉ. विजया पाटील या सगळ्या मैत्रिणींच्या प्रोत्साहन व मार्गदर्शनामुळे मी हे धाडस करू शकले. मैत्रिणी झाल्या म्हणून काय

झाले, त्यांचे आभार मानलेच पाहिजेत. इंटिरिअर डिझायनर आणि चित्रकार सौ. वर्षा वायचळ यांनी खूप मेहनत घेऊन स्केच व फोटोग्राफ तयार करून दिले. पुस्तक बांधणीसाठी मदत केली, त्यांचे आभार मानावे तेवढे कमी. श्री. राजेंद्र चरणकर यांनी लेखनिकाचे काम उत्तमरीत्या पार पाडले त्यांचे आभार.

माझे पती मंगेश देशमुख आणि सून अनामिका देशमुख या घरच्या मंडळींनी मोलाची साथ दिली नसती, तर मी काहीच करू शकले नसते, त्यांचे आभार. पुस्तकाची बांधणी, फोटोग्राफी, स्केच ही सर्व जबाबदारी अनामिकाने स्वीकारली होती. पराग, गिरीष, अरुणा यांनीपण पुस्तकासाठी फोटोग्राफी करून खारीचा वाटा उचलला. पंचवीस वर्षे बागकामासाठी साथ देणारे श्री. लक्ष्मण माळी यांचेही आभार.

हे पुस्तक लिहिताना देशी-परदेशी पुस्तके, मासिके, वर्तमानपत्रातील लेख, कार्यशाळा या सर्वांचा उपयोग झाला त्या सर्वांचे आभार.

– सौ. सुनीती देशमुख

अनुक्रमणिका

विभाग - १

विभाग - २

विभाग - ३

विभाग - ४

विभाग - १

बागेचा इतिहास

बागकाम हल्ली नुसतेच बागकाम राहिले नाही. झाडांना पाणी देणे, खत देणे, त्यांची निगा राखणे इतक्या पुरतेच ते मर्यादित राहिलेले नाही. त्याच्यामध्ये कलात्मकता जास्त आणि बागकाम कमी असा प्रकार आपल्याला पाहायला मिळतो. कमीत कमी जागेत नीटनेटकेपणाने, कलात्मकतेने बाग सजवणे हे एक आव्हानात्मक काम झालेले आहे.

बागेचा छंद असा आहे की, तो आपल्याला तर आनंद देतोच, पण बघणाऱ्यालाही आनंद देतो. बागेचा छंद आपण जोपासला तर ते बघून इतर चार जणांनाही बाग करण्याचा मोह होतो. पर्यावरणाच्या प्रचाराला आपलासुद्धा थोडा हातभार लागतो. मग हा खारीचा वाटा उचलायला काय हरकत आहे? पक्ष्यांना थोडा सहारा मिळतो. बाग आपल्याला ते सुख तर देतेच पण फळे, फुले, भाजी, औषधी वनस्पती अशा अनेक गोष्टीपण देते. व्यवस्थित आखणी केली तर सगळे फायदेच फायदे!

भारत हा देश विविध प्रकारच्या निसर्गसंपत्तीने, फळा-फुलांनी, वनस्पतींनी फुललेला, बहरलेला देश आहे. इतकी विविधता क्वचितच कुठे पाहायला मिळत असेल. हिमालयामधील पुष्पघाटी, पाइनचे वृक्ष; गुलाब, चिनार फळा-फुलांनी बहरलेला काश्मीर; सिक्कीममधील शेकडो प्रकारची ऑर्किड; राजस्थानच्या वाळवंटातील खुरटी झुडपे, कॅक्टस; महाराष्ट्रातील सह्याद्री पर्वतातील सुंदर वृक्षराजी, सुंदर फुलांनी बहरलेले कासचे पठार; केरळमधील मसाले, चहाच्या बागा आणि औषधी वनस्पती. प्रत्येक प्रांताची विविधता – वेगळी फुले, फळे, वनस्पती, वेगळी पिके आपल्या सर्व समावेशक संस्कृतीप्रमाणे तीदेखील मनाला मोहून जाते. प्रत्येक ठिकाणचे निसर्गसौंदर्य वेगळे आहे.

पूर्वीच्या काळी ऋषी-मुनी आपल्या आश्रमात फुलझाडे व औषधी वनस्पती लावीत. भारतातल्या बागेचा इतिहास पाहायचा झाल्यास वैदिक कालापासून सुरुवात करावी लागेल, अगदी प्रागैतिहासिक काळापर्यंत मागे जावे लागेल. मानवाने शेती

करायला सुरुवात केली हीच बागेची सुरुवात, असे म्हणायला हरकत नाही.

भारतातील उद्यानकलेवर विभिन्न धर्म आणि संस्कृतींचा प्रभाव पडलेला दिसतो आणि त्यामुळे त्यामध्ये परिवर्तन घडत गेलेले दिसून येते.

यामध्ये जैन धर्माचाही उल्लेख करावासा वाटतो. इ.स. पूर्व कालात २४ जैन तीर्थंकर होऊन गेले. त्यांना वेगवेगळ्या २४ पवित्र वृक्षांखाली ज्ञानप्राप्ती झाली. म्हणजे त्यांनी त्या वृक्षांचे महत्त्व ओळखले होते. ते वृक्ष पुढीलप्रमाणे –

२४ तीर्थंकर व वृक्ष

१. भगवान ऋषभदेव (आदिनाथ) - इयण वृक्ष / वट वृक्ष (Manikara hexandra)
२. अजितनाथ - साल वृक्ष (Shorea robusta)
३. संभवनाथ - प्रलय वृक्ष (Buchanania latifolia) चारोळीचे झाड
४. अभिनंदननाथ - प्रियांगू वृक्ष (Panicum italicum)
५. सुमतिनाथ - साल वृक्ष (Sala)
६. पद्मप्रभा स्वामी - छत्र वृक्ष (Chhatra)
७. सुपार्श्वनाथ - शिरीष वृक्ष (Acacia sirisha)
८. चंद्रप्रभा स्वामी - नाग वृक्ष (Naga)
९. पुष्पदंत / सुविधीनाथ - साली वृक्ष (Sali)
१०. शितलनाथ - प्रियांगू वृक्ष (Panicum italicum)
११. श्रेयांसनाथ - तंदुक वृक्ष (Tanduka)
१२. वसुपूज्य स्वामी - पटाला वृक्ष (Bigonia suaveolens)
१३. विमलनाथ - चंबू वृक्ष (Eugenia jambolana)
१४. अनंतनाथ - अशोक वृक्ष (Jonesia asoka)
१५. धर्मनाथ - दधीपर्ण वृक्ष (Clitoria ternatea) गोकर्ण वेल
१६. शांतिनाथ - अनंत नंदी वृक्ष (Cedreala toona) तूणी, कूरक
१७. कुंथुनाथ - भिलाका वृक्ष (Bhilaka)
१८. अर्हनाथ - आंबा वृक्ष (Mangitera indica)
१९. मल्लिनाथ - अशोक वृक्ष (Jonesia asoka)
२०. मुनिसुब्रतनाथ - चंपा वृक्ष (Micelia champaka)
२१. नमिनाथ - बकुळ वृक्ष (Mimusops elengi)
२२. नेमिनाथ - वेतास वृक्ष (Vetasa)

२३. पार्श्वनाथ - धतकी वृक्ष (Grislea tomentosa)
२४. महावीर स्वामी - सागवान वृक्ष (Teak)

यावरून इ.स. पूर्व काळातही लोकांना झाडांचे महत्त्व माहीत होते, हे दिसून येते.

भारतीय साहित्यात वेद, उपनिषदे व पौराणिक धर्मग्रंथांमध्ये, धर्मांमध्ये, गुफांमधील भित्तिचित्रांत, कोरीव लेण्यांतून, मंदिरातील शिल्पकला व अनेक धर्मांच्या रिवाजामधून वेगवेगळ्या झाडांचे, फुलांचे महत्त्व कळते. वारली, कलमकारी, मधुवनी, मोंगल चित्रकला यांमधूनसुद्धा आपल्याला मनोहारी बागांचे दर्शन होते. अनेक पारंपरिक कला विणकाम, सुतारकाम, काश्मिरी गालिचे यांमधूनसुद्धा मनोहारी कलेची झलक आपल्याला पाहायला मिळते.

वैदिक काळात संस्कृत साहित्यामध्ये कमळाच्या फुलांचा वारंवार उल्लेख येतो. अथर्ववेद आणि ऋग्वेद यांमध्ये पिंपळाच्या झाडाचा उल्लेख आढळतो. रामायण, महाभारत हा काळ इ.स. पूर्व ५०० मानला जातो. सीतेला अशोकवनात ठेवले होते (अशोक याचा अर्थ जेथे शोक होणार नाही असा. थोडक्यात आजचा थीमपार्क, म्हणजेच विशिष्ट उद्देश डोळ्यासमोर ठेवून केलेली बाग) तर महाभारतात कदंब वृक्षाचा उल्लेख आढळतो.

संपूर्ण कृष्णचरित्र तर वने, उपवने, फुले, वृंदावन, कुंजवन यांचे उल्लेख; सत्यभामा व रुक्मिणीचे पारिजातकाच्या झाडावरून झालेले भांडण, अनेक ठिकाणी अनेक तऱ्हेच्या वनांचा म्हणजेच त्या काळातील बागांचा आणि सुंदर वृक्षांचा, फळा-फुलांचा उल्लेख यांनी भरलेले आहे. वन-उपवनांचे आणि कृष्णाच्या जीवनाचे नाते अतूट असेच आहे. महाभारतामध्ये सुद्धा कौरव-पांडवांच्या हस्तिनापूर नगरीमध्ये सुंदर उपवने, सरोवरे, तळी, वनविहार, नौकाविहार, पाने-फुले, वेगवेगळे वृक्ष, वन-उपवन, लता-वेली यांचे सुंदर वर्णन केलेले आढळते, तसेच रामायणातही.

संस्कृत लेखक महाशूद्रक, अश्वघोष (इ.स. पूर्व १००), कालिदास (५वे शतक), शाङ्‍र्गधर (१३वे शतक), या संस्कृत साहित्यकारांनी फुलांचे आणि बागांचे अनेक ठिकाणी उल्लेख केलेले आहेत. 'शाकुंतल' व 'मेघदूत' यांमधील वर्णने तर आपण आजही अभ्यासतो. शाङ्‍र्गधरांनी आपल्या 'चयनिका शाङ्‍र्गधर पद्धती'मध्ये बागेवर एक वेगळा अध्यायच लिहिला आहे.

भगवान बुद्धांच्या जीवनात तर वेगवेगळ्या वृक्षांशी जिव्हाळ्याचा संबंध आलेला आहे. त्यांचा जन्म अशोक वृक्षाखाली झाला. बोधिवृक्षाखाली त्यांना ज्ञानप्राप्ती झाली. त्यांनी आपला पहिला उपदेश वडाच्या झाडाखाली केला आणि त्यांचा मृत्यू सालाच्या (सुमतिनाथ) झाडाखाली झाला. अशोकाची मुलगी संघमित्रा हिने बोधिवृक्षाची फांदी श्रीलंकेमध्ये नेली. म्हणजे झाडे जतन करण्याची कला त्याकाळी अवगत

होती. या सर्वांवरून बौद्ध धर्मात वृक्षांना किती महत्त्व होते ते दिसून येते. अजिंठ्याच्या भित्तिचित्रांतही सुंदर झाडांची चित्रे दिसतात.

यानंतरच्या कालखंडामध्ये भारतावर शक, कुशाण, हूण अशा टोळ्यांची अनेक आक्रमणे झाली. मध्य पूर्वेतून तुर्कस्तान, बलुचिस्तान येथूनही सतत आक्रमणे होतच होती. यानंतरच्या काळात भारतावर मोगलांची आक्रमणे चालू झाली आणि भारताच्या धर्म, संस्कृती, साहित्य, कला या सर्वांवरच खोलवर परिणाम झाला आणि तो आजही आपल्याला दिसून येतो.

आक्रमण करणारे सगळेच परत गेले नाहीत. त्यांना इथल्या 'सुजलाम् सुफलाम्' भूमीने आकर्षित केले व सामावून घेतले. तसा मोगलांचा भारतीय जीवनपद्धतीवर, संस्कृती, कला, साहित्यावर फार मोठा प्रभाव पडलेला दिसून येतो. ते राज्यकर्ते होते. त्यांनी आपल्याबरोबर मध्य पूर्वेतील अनेक कला; अरबी-फारसी लिपी, कापड-गालिचे बनविण्याची पद्धत अशा अनेक गोष्टी आणल्या, त्याबरोबरच मोगल बागासुद्धा! आजतागायत बाग कलेवर मोगलांची छाप आहे. याची सुंदर उदाहरणे म्हणजे काश्मीरमधील शालिमार, निशाद, चष्मशाही आणि राष्ट्रपती भवनामागील मोगल बाग. आजही या बागा आपल्या दिमाखदार सौंदर्याने लाखो-करोडोंची, अनेक पिढ्यांची मने जिंकत दिमाखात उभ्या आहेत.

औरंगजेबाचा झाडाविषयी एक किस्सा असा सांगितला जातो – श्रीनगरमध्ये एकदा एका मोठ्या मशिदीला आग लागली. मशीद जळून खाक झाली. मशिदीसमोर एक चिनार वृक्ष उभा होता. मशिदीतल्या मुल्लाने मशीद जळाल्याची गोष्ट भीत-भीत बादशहाच्या कानावर घातली. औरंगजेब जराही विचलित न होता त्या मुल्लाला म्हणाला, 'मशीद तर जळाली पण समोर चिनार वृक्ष होता, तो ठीक आहे ना? मशीद पुन्हा बनवता येईल, पण चिनारचा वृक्ष बनवणे माझ्या हातात नाही. वह पेड मेरे आब्बा हुजूर के हाथोंसे लगाया पेड है, उनकी मिठी यादगार हैं, जो मै कैसे बनाऊ?' म्हणजे औरंगजेबासारख्या धोरणी आणि मुत्सद्दी राज्यकर्त्यालाही झाडाचे महत्त्व कळले होते.

मोगलांनी सुंदर बगिचे तयार केले. राजे-महाराजे आपल्या राजवाड्यात, कबरीभोवती, विसाव्याच्या ठिकाणी सुंदर बागा तयार करीत. याचे पुरावे आपल्याला इतिहासात पानोपानी सापडतील. ताजसमोरील तसेच राजस्थानमधील उदयपूर, जयपूर येथील 'सहेलियोंकी बाडी' शहरांतील ऐतिहासिक वास्तुमंदिरांसमोरील बागा यावर मोगलांची छाप पडलेली दिसून येईल.

मोगल बागांची वैशिष्ट्ये म्हणजे सुंदर झरे, खळखळणारे वाहते पाणी, कारंजे, तळी, आखीव-रेखीव हिरवळी, नियोजनबद्ध फुलांचे ताटवे; तसेच त्यांची आखणी ही भौमितिक (जॉमेट्रिकल) आकृत्यांत, लहान-मोठ्या आकारात मोजून-मापून तयार

केलेली असते. परंपरागत फारसी कलेशी सुसंगत अशी रंगसंगतीची उधळण केलेली असते. याचे सुंदर उदाहरण राष्ट्रपती भवनामागील बाग – 'मोगल गार्डन' होय.

मोगल उद्यानामध्ये आता वेगवेगळ्या विभिन्न संस्कृतीची गुंफण अतिशय कलात्मकतेने केलेली दिसते. इस्लामी, राजपूत, गुजराती, काश्मिरी या सगळ्यांचा प्रभाव या उद्यानात पाहायला मिळतो.

प्रत्येक राष्ट्रपतींनी या उद्यानात आपल्या आवडीच्या रंगाची पसंती व्यक्त केलेली आहे, या परीराज्यात सुंदरतेची भर घालून मंत्रमुग्ध केले आहे. वर्षातून एक वेळा बागप्रेमींना, विशेषत: फेब्रुवारी ते मार्चमध्ये सर्व लोकांसाठी ती खुली असते. या परीकथेप्रमाणे असणाऱ्या बागेने सर्व राज्यकर्त्यांना व सामान्यांना एक सारखेच मंत्रमुग्ध केले आहे. आजपर्यंतच्या अनेक बागांवर या मोगल उद्यानाचा प्रभाव दिसून येतो.

मोगलांच्यानंतर ब्रिटिश साम्राज्य आले. दळणवळणाची साधने वाढली. या काळात जग आणखीनच जवळ आले. ब्रिटिशांना भारतातील हवामान फार उष्ण वाटत असे. त्यामुळे त्यांनी अनेक थंड हवेची ठिकाणे निर्माण केली व बागाही बनवल्या. त्याचबरोबर वेगवगळ्या प्रकारचे गुलाब, फळझाडे, फुलझाडे, मोठे वृक्ष यांची लागवड केली आणि बागकला वाढवत ठेवली. सिक्कीममधून बरेचसे ऑर्किड त्यांनी त्यांच्या देशात नेले. ते स्वत: बागकाम करत. त्यांनी बागकामाला एक प्रतिष्ठेचा छंद बनवला. त्याचबरोबर त्यांनी साकारलेली अनेक उद्याने आजही दिमाखात उभी आहेत. त्याचे एक उत्तम उदाहरण म्हणजे कोल्हापूरची टाउन हॉलची बाग. त्यामध्ये त्यांनी लावलेले दुर्मीळ वृक्ष आजही उभे आहेत. त्यांनी तयार केलेले पहिले 'हरितगृह' (ग्लास हाउस) आजही सुस्थितीत आहे.

आज तर आपण इंटरनेटच्या युगात आहोत. जगातल्या कोणत्याही काना-कोपऱ्यातील माहिती घरबसल्या क्षणार्धात मिळवू शकतो, पाहू शकतो. त्यामुळे या बागकामाच्या कलेत चांगलीच प्रगती झालेली दिसते.

थीम गार्डन म्हटले म्हणजे सिंगापूर शहराचे नाव आधी आठवते. थीम गार्डन म्हणजे एखाद्या मध्यवर्ती कल्पनेला धरून तयार केलेली बाग. अशा विविध प्रकारच्या बागा या एकाच शहरात आपल्याला पाहायला मिळतात. 'ऑर्किड गार्डन', 'रॉक गार्डन', 'बोन्साय गार्डन', 'बॉटनिकल गार्डन', खास पक्षांसाठी 'जुरॉग बर्ड पार्क', 'नाइट सफारी'साठी खास तयार केलेल्या बागा, इत्यादी. मला ऑर्किड गार्डन खूप आवडली. जगातील सर्वांत मोठा ऑर्किडचा संग्रह, याच डोळ्यांनी पाहताना डोळ्यांचे पारणे फिटले. विविध प्रकारची ऑर्किड, त्यांची जोपासना, त्यांचे रंग, टिकाऊपणा, आकार, त्यांची वैशिष्ट्ये, सर्व मनात साठवाल

तेवढे कमी! अशा अनेक प्रकारच्या 'थीम गार्डन' सिंगापूरमध्ये पाहायला मिळतात. त्यानंतर थायलंडमधील नानचुंग गावातील 'पॉट गार्डन' ही अशीच वैविध्यपूर्ण व नावीन्यपूर्ण कल्पना एकत्र करून केलेली बाग आहे.

मनाला आनंद देणारा हा छंद आपल्याला आणि बघणाऱ्यालाही आनंद देतो. मन ताजेतवाने ठेवणारी ही कला आजच्या धकाधकीच्या जीवनात आनंद, विरंगुळा, आरोग्यदायी, विसावा देणारी, एकाकीपणा घालवणारी, मनाला प्रसन्नता, शांतता-शीतलता देणारी कला आहे. तिचे जेवढे गुण गावे तेवढे व कमीच आहेत. हा छंद तुम्हाला जागतिक तापमान कमी करून, पर्यावरणालाही हातभार लावण्याला मदत करेल. गेली २५ वर्षे मला जो आनंद मिळत आहे. तो तुम्हा बागप्रेमींनाही मिळावा ही सदिच्छा.

अनुभवाचे बोल आहेत हे आणि अनुभवातून मिळालेले ज्ञान हे पुस्तकी ज्ञानापेक्षा नेहमी प्रगल्भ असते हे नक्की.

■

पातळ प्लॅस्टिक पिशव्यांचा वापर म्हणजे प्रदूषणास आमंत्रण.

बागेची आखणी (लेआउट)

बाग तयार करताना सर्वप्रथम कुठली गोष्ट करायची असते, तर ती म्हणजे बागेचा आराखडा (रूपरेषा) तयार करणे. बंगल्याचा पाया जसा महत्त्वाचा असतो, साहजिकच तेच महत्त्व बागेच्या रूपरेषेला असते. बागेची आखणी अत्यंत सुंदर, आटोपशीर, प्रमाणबद्ध, कलात्मक अशी असायला हवी. ती जर व्यवस्थित असेल तर अर्धी लढाई तुम्ही इथेच जिंकली म्हणून समजा.

आजकाल घराच्या नकाशासोबत बागेचाही आराखडा आर्किटेक्टकडून करून घ्यायची पद्धत रूढ झालेली आहे. पण आपल्या पसंतीची बाग तयार करण्यात जी मजा आहे, जी आत्मीयता आहे, ती दुसऱ्याकडून करून घेण्यात नाही आणि सर्वांना

घरातील बाग

ते शक्यही नाही.

बागेला सुंदर बनवण्यासाठी शिंकाळी (हँगिंग बास्केट), कारंजे, रॉकरी, सुंदर फुलांचे ताटवे, कमानी, लाइट शेड, वेगवेगळ्या प्रकारचे दिवे, अशा अनेक गोष्टींचा विचार करावा लागतो. विशिष्ट प्रकारे छाटणी करून मोठ्या झाडांना आकार देणे हे शोभाकामही तितकेच महत्त्वाचे आहे.

आपण आपले घर कितीही सुंदर बांधले, पण त्या घराला बाग नसेल किंवा बागेसाठी त्या घराला अगदी कमी जागा असेल, तर ते घर तितकेसे शोभिवंत दिसत नाही किंवा जिवंत वाटत नाही. घराला जिवंतपणा देण्याचे काम बाग करते असे म्हणायला हरकत नाही. याउलट सुंदर बाग असलेले घर छोटे असेल, दिसायला त्यात काही वैगुण्य असेल तर सुंदर बागेमुळे ते वैगुण्य झाकले जाते. किंबहुना, बागेवरच घराची सुंदरता अवलंबून असते. बाग म्हणजे घराचा साजशृंगार आहे. बागेवरच घराचे बाह्य सौंदर्य अवलंबून आहे. आपल्या घराची ओळख बागेमुळे छान होते.

हल्ली तर फाटकाच्या बाहेरच बागकामाला सुरुवात होते. अशी म्हणच आहे – 'ज्याची सुरुवात सुंदर त्याचा शेवटही सुंदरच'. गेटच्या बाहेरच रस्त्यावर साधारण दीड ते दोन फुटांच्या पट्ट्यांमध्ये झाडे लावण्याची परवानगी महापालिका देते. बऱ्याच ठिकाणी हे पाहायलासुद्धा मिळते. फाटकाच्या बाहेरील भाग अनेक सुंदर प्रकारे आपण सजवू शकतो. तुम्हाला त्यामध्ये काठ करून आत हिरवळ लावता येईल. त्यामध्ये दगड-गोटे टाकून 'रॉक गार्डन' करता येईल. जंगली निवडुंग टाकून 'रॉकरी' पण करता येईल. निवडुंग सहसा जनावरे खात नाहीत. शिवाय त्याला बारा महिने सुंदर फुलेपण येतात. घाणेरी (लॅण्टाना) लावला तरी चालेल, त्याची पांढरी व हलक्या जांभळ्या रंगाची फुले छान दिसतात. तेवढी जागा शिल्लक नसेल, तर कुंपणावर एखादी आकर्षक वेल सोडावी किंवा बाहेरील बाजूस उभे-तिरके वाफे तयार करून उभी गार्डनपण करता येईल. उभी रचनासुद्धा फार आकर्षक दिसते. त्यामध्ये व्हर्बीना, घाणेरी, शतावरी, शिंकाळ्यासाठी वापरतो ती झाडे रंगसंगती साधून लावली तर खूपच छान दिसतात. कुंपणाच्या भिंतीवरही फुलांचे छोटे वाफे छान दिसतात. एकूण तुमच्या घराची दर्शनीय बाजू छान दिसेल असे बघावे.

बागेची रूपरेषा आखताना सर्वप्रथम आपली जागा, गरज, आर्थिक बाजू, आपली आवड-निवड आणि तुमची अभिरुची या सर्वांचा विचार करावा लागतो. तुमची अभिरुची कोणत्या प्रकारची आहे, याचे प्रतिबिंब तुमच्या बागेमध्ये दिसते. बागेचे सौंदर्य हे आखणी बरोबर नैसर्गिक सौंदर्य, मागे-पुढे किंवा बाजूला तलाव, डोंगर इत्यादीच्या बाजूला रंगसंगती वापरलेल्या वस्तू, झाडांची निवड (निरोगी झाडे असणे तितकेच महत्त्वाचे) व नैसर्गिकपणा या सर्वांचा समतोल राखण्यावर अवलंबून असते. ही बागकामाची पहिली पायरी आहे.

सर्वसाधारण बागेची आखणी करताना घराचे आकारमान व जागेचे क्षेत्र किती आहे याचा विचार करून बागेमध्ये कोणकोणत्या गोष्टी करता येतील याचा विचार करावा. आखणीची सुरुवात फाटकापासूनच करावी.

बागेचे अनेक प्रकार आहेत. पहिला प्रकार सार्वजनिक उद्याने, मोठी उद्याने, बॉटनिकल गार्डन, ज्याच्यामध्ये अभ्यासासाठी प्रत्येक जातीच्या वनस्पती लावल्या जातात. त्या वनस्पतीवर बोर्ड लावलेले असतात. (नाव, विशिष्ट सवयी, फुलांचा हंगाम, जरुरीची माहिती असते.) दुसरा प्रकार म्हणजे शोभिवंत उद्याने (ऑर्नमेंटल गार्डन), तिसरा फलोद्यान (हॉर्टिकल्चर गार्डन), चौथा बालोद्यान व पाचवा प्रकार म्हणजे औषधिउद्यान (मेडिको गार्डन)

याबरोबरच जागेच्या प्रकारावर आधारित उद्याने म्हणजे – १) जमिनीवरील वने व उद्यान २) लेक गार्डन – तलावाच्या काठावर व आतील बाजूस बगिचा तयार केलेले उद्यान ३) हँगिंग गार्डन (तरंगती उद्याने) – पाण्याच्या टाकीला वरच्या बाजूला केलेली उद्याने ४) छत / टेरेस गार्डन – घराच्या गच्चीमध्ये किंवा छतावर केलेली गार्डन.

याचप्रमाणे नक्षत्र उद्यान ही एक प्राचीन बाग करण्याची पद्धत आहे. यामध्ये २७ प्रकारचे वृक्ष लावले जातात. त्यातील काही वृक्ष दुर्मीळ असल्यामुळे मिळत नाहीत, पण उपलब्ध वृक्षातून पर्यायी वृक्ष लावले जातात. यामध्ये वनस्पती व राशी यांचा परस्पर संबंध सांगून त्या वृक्षाचे जतन व संवर्धन केले जाते. बहुतेक सर्व वृक्ष वनौषधी म्हणून वापरले जातात. ज्योतिषशास्त्रानुसार १२ राशी, २७ नक्षत्रे यांचा आराध्यवृक्ष, पर्यायी वृक्ष असे एकूण ४६ वृक्ष आहेत. अशा प्रकारचे नक्षत्र गार्डन कोल्हापूर जवळील कणेरीमठ, कागल येथील रोपवाटिका, राजाराम तलाव परिसर या ठिकाणी आहेत.

राशी		नक्षत्रे		आराध्य वृक्ष	पर्यायी वृक्ष
१.	मेष	१.	अश्विनी	कुचला	आडुळसा
		२.	भरणी	आवळा	खैर
		३.	कृतिका	उंबर	बेहडा
२.	वृषभ	४.	रोहिणी	जांभूळ	बेल
		५.	मृग	खैर	पिंपळ
३.	मिथुन	६.	आर्द्रा	कृष्णागरू	चंदन
		७.	पुनर्वसू	वेळू	वट
४.	कर्क	८.	पुष्य	पिंपळ	पळस
		९.	आश्लेषा	नागचाफा	उंडल, सुरंगी

५.	सिंह	१०.	मघा	वट	रिठा
		११.	पूर्वा	पळस	बेल
		१२.	उत्तरा	पायरी	अर्जुन
६.	कन्या	१३.	हस्त	जाई	रिठा
		१४.	चित्रा	बेल	बकूळ
७.	तूळ	१५.	स्वाती	अर्जुन	सावर
		१६.	विशाखा	नागकेशर, विकंकत	पारिजातक
८.	वृश्चिक	१७.	अनुराधा	नागकेशर	सीताअशोक
		१८.	ज्येष्ठा	सावर	लोध्र
९.	धनु	१९.	मूळ	राळवृक्ष, उद, धूप, सालई	देवबाभूळ
		२०.	पूर्वाषाढा	वेत	सीताअशोक
		२१.	उत्तराषाढा	फणस	कांचन
१०.	मकर	२२.	श्रवण	रुई	आंबा
		२३.	धनिष्ठा	शमी	कडुनिंब
११.	कुंभ	२४.	शततारका	कळंब	आपटा
		२५.	पूर्वा भाद्रपदा	आंबा	हिरडा
१२.	मीन	२६.	उत्तरा भाद्रपदा	कडुनिंब	आवळा
		२७.	रेवती	मोह	चिंच

बकूळ

ऐतिहासिक उद्यानपद्धती –

अ) मोगल बगिचे – या प्रकारच्या बगिचांमध्ये निरनिराळे कारंजे, सुंदर फुलझाडांचे नियोजनबद्ध ताटवे असतात. तसेच या बागांचे वैशिष्ट्य म्हणजे भरपूर कारंजे, फुलांच्या रंगसंगतीची उधळण, शिवाय भौमितिक रूपरेषा.

ब) ग्रीक शैली – झाडांची छाटणी करून वेगवेगळे आकार बनवणे.

क) वेस्टर्न शैली – चित्रे काढून त्यांना पशू, पक्षी, प्राणी यांचे आकार देणे. वृक्ष, वेली यांची नियोजनबद्ध बांधणी, छोटी सरोवरे ही त्याची वैशिष्ट्ये होत.

गेटच्या बाहेरील बाग

अनेक प्रकारच्या बागा होत असल्या तरी आपल्याला फक्त इमारती परसातील बागेचा विचार करून आखणी करायची आहे आणि यातील चांगल्या आवडणाऱ्या, वाटणाऱ्या गोष्टींचा समावेश आपण आपल्या छोट्या बागेत करून घेऊ शकतो.

बाहेरची बाजू झाल्यानंतर थेट सुरुवात आवाराच्या भिंतीपासून करावी. तारेचे कुंपण असेल तर मेंदी, ड्युरांटा, बोगनवेल, डीडोनिया यांसारख्या वनस्पती लावल्या जातात. जर भिंत बांधली असेल तर जागोजागी वेली लावून जाळीवर सोडाव्या किंवा संपूर्ण कुंपणाभोवती वेल लावावी, दिसायलाही सुंदर दिसते व बागेलाही संरक्षण मिळते. भिंतीलगत दोन फुटाचा वाफा करावा. त्यामध्ये वेली व इतर झाडे लावावीत. थोडा आडोसा मिळवण्यासाठी सुरू किंवा फायकस (बारीक पानाच्या झुडपांसारख्या यांच्या अनेक जाती येतात), दोन-दोन फुटांवर लावून ती वाढवावी.

उंची ८ फूट ते ११ फूट ठेवावी. काही जण समोरील बाजूस ‘उलटा अशोक’ लावतात. तो १० फुटांवर लावावा, त्यामुळे खासगीपणा मिळतो व बाहेरील धूळही अडवली जाते. हे करताना जास्तीत जास्त सूर्यप्रकाश आतल्या बागेला कसा मिळेल ते पाहावे. कारण सूर्यप्रकाशाअभावी आतील झाडे चांगली वाढणार नाहीत. फळझाडे व परसबाग करण्यासाठी शक्यतो मागची बाजू निवडावी किंवा गच्चीवरसुद्धा कुंड्या लावून ती करता येईल. कारण फळभाज्या व पालेभाज्यांसाठी सूर्यप्रकाश व ऊन भरपूर लागते. सांडपाण्याचा उपयोग भाजीपाल्यासाठी करता येतो का तेही पाहावे.

पूजेसाठी लागणारी फुलझाडे व फळझाडे कडेने लावावीत. पाणथळ भागात केळी लावावीत. जिथले पाणी वाहत नाही अशा साधारण चिखलभागात अळू लावले तरी चालते. नेहमीच्या अळूपेक्षा चिनी अळूचा एक प्रकार आहे. त्याला खाजही नसते व पाने जाडसर असल्यामुळे वडी, भाजी छान होते. शिवाय हा अळू शोभिवंतपण आहे.

फाटकाचा मार्ग – फाटकाचा मार्ग आखून घ्यावा. कॉंक्रीट टाकावे आणि फरश्या बसवाव्यात. नेहमीचा वापराचा रस्ता विटांचा करावा. हल्ली खूप प्रकारचे ‘पेव्हिंग ब्लॉक्स’ बागेसाठी मिळतात, ज्यामुळे पायवाट खूपच सुंदर रितीने सजवता येते. त्यामध्ये खाचा ठेवून हिरवळ लावल्यास त्याची शोभा आणखीनच द्विगुणित होते. हिरवळीभोवती १ फूट उंचीचा कठडा बांधावा. भिंतीची रुंदी ४ इंच असावी.

गेटच्या बाहेरील बाग

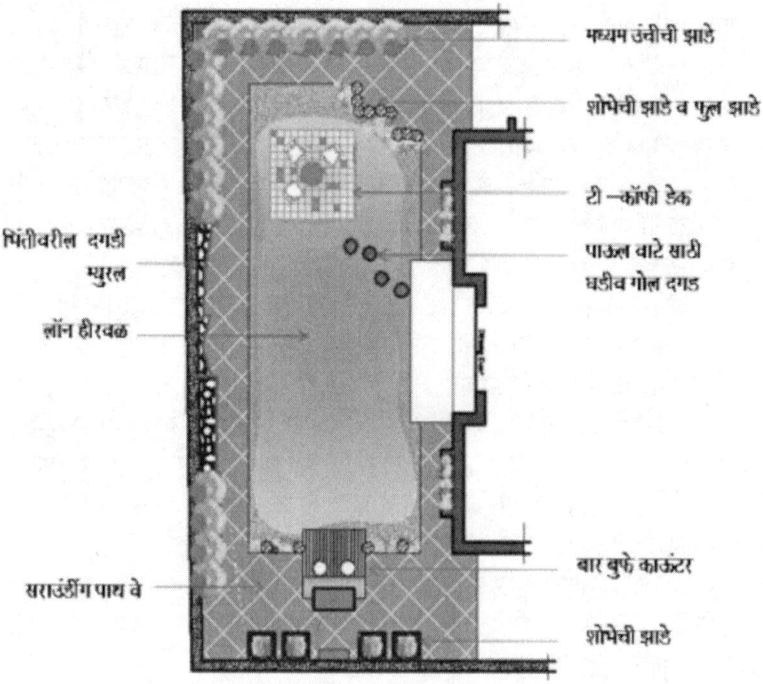

बागेचा आराखडा

ती जर ९ इंच असेल तर त्यावर कुंड्या ठेवता येतील. हिरवळ पूर्णपणे उघडी पाहिजे. त्याच्यावर सावली पडता उपयोगी नाही. घराच्या खिडकीखाली वाफे ठेवावेत. त्यांमध्ये रातराणी, मोगरा, निशिगंध अशी सुवासिक फुलांची झाडे लावावीत.

हंगामी फुलांचे वाफे – ज्या ठिकाणी भरपूर ऊन आहे, सावली कमी पडते अशा ठिकाणी हंगामी फुलांचे वाफे लावावेत. रंगीत फुलांसाठी उन्हाची अत्यंत गरज असते.

सावलीच्या जागा – सावलीत येणाऱ्या अनेक वनस्पती आहेत. काही हिरवळीच्या जाती सावलीत येतात. सावलीत वाढणाऱ्या झाडांनी बागेची शोभा वाढते. फरशीच्या फटीत हराळी (दूर्वा) लावाव्यात. दुसऱ्या प्रकारची हिरवळ तेथे सहसा टिकत नाही.

बऱ्याच प्रकारे आपण आपली बाग सजवू शकतो. उदाहरणार्थ, आतमध्ये अश्मउद्यान, जपानी बाग, जलोद्यान, छोटा पूल, गॅझीबो, छोटी जपानी पॅगोडा, मनोरा, मंदिर, झोपडी, इत्यादी. पण छोट्याशा जागेत सगळेच प्रकार, एकाच वेळी,

एकाच ठिकाणी करू नयेत. जागा जर प्रशस्त असेल तर प्रत्येक विभाग वेगळा करावा. छोट्या जागेत दाटीवाटीने सगळे प्रकार करू नयेत. त्यामुळे कशाकडेच आपले लक्ष वेधले जात नाही. तसेच छोटी जागा उदाहरणार्थ, १० बाय १० फूट जागा असेल तर त्या जागेत आलटून-पालटून बदल केले तरी चालतील. एकच रचना सतत ठेवली पाहिजे असे नाही. उदाहरणार्थ, एक वर्षभर रॉक गार्डन ठेवली तर दुसऱ्या वर्षी धबधबा करावा किंवा हिरव्यागार हिरवळीच्या टेकड्या त्यात छोटी पायवाट करून बदल करावा, नाहीतर धबधबा व पुष्करिणी करावी.

आराखडा करताना हेही लक्षात ठेवले पाहिजे की, फाटकापासून मागच्या दारापर्यंत नुसतीच बाग सजवून उपयोग नाही. तिथे बसायला, मुलांना खेळायला जागा सोडली पाहिजे. थोडक्यात त्या जागेचा उपभोग घेता आला पाहिजे.

आम्ही एकदा परीक्षण करताना पाहिले, एका स्पर्धकाची बाग चांगली होती; स्वच्छ, छान होती, झाडे चांगली निरोगी होती. सर्वकाही ठीक होते, पण बसायला, चार खुर्च्या ठेवायलासुद्धा जागा नव्हती. त्यामुळे साहजिकच सर्व बाजू ठीक असूनसुद्धा बक्षिसासाठी ती बाग पात्र ठरली नाही.

छोट्याशा जागेत सुंदर रचना करणे हे एक आव्हानात्मक काम असते. भरपूर आराखडे, पोस्टर, रेखाचित्रे, मासिके, पुस्तके बघूनही काळी वेळा हे ज्ञान उपयोगी पडत नाही. आपली कल्पनाशक्तीच आपल्याला उपयोगी पडते. सुंदर रचना कोणती? जी आपल्याला आवडते ती!

रंगसंगती – बागेचा आराखडा करताना रंगसंगती उत्तमरीत्या साधावी. घराचा रंग, शोभेच्या वस्तू, आपण वापरतो त्या कुंड्या, दगड, पुतळे, कुंड्यांचे स्टँड, फाटकाचा रंग, फुलांचे वाफे याशिवाय सर्व लहान-मोठी झाडे यांच्या रंगसंगतींकडे लक्ष द्यावे. अनेक रंग एकत्र करू नयेत. एका वस्तूचे सौंदर्य दाखविण्यासाठी दुसरी एखादी वस्तू किंवा मुख्य घराचे सौंदर्य आड येणार नाही याची काळजी घ्यावी. उदाहरणार्थ, आपण घरातील पूर्ण कुटुंबाचा फोटो काढतो. त्या फोटोमध्ये सर्व जण यायला हवे असतात. मोठ्यांबरोबर लहानांचे दिसणे तितकेच महत्त्वाचे असते. त्याचप्रमाणे रचना करतेवेळी प्रत्येक वस्तूंचे सौंदर्य दिसले पाहिजे, एकाआड दुसरी झाकली जाणार नाही याचे भान ठेवावे.

बागेतले दिवे – रात्रीच्या वेळी प्रकाशयोजना असावी. लॅम्प शेडने बागेचे सौंदर्य दिवसाही खुलले पाहिजे. संध्याकाळच्या प्रकाशात बागेचे सौंदर्य आणखीनच खुलवता आले पाहिजे. योग्य जागी योग्य दिवे लावल्याने त्या-त्या जागेचे सौंदर्य खुलून दिसते. उदाहरणार्थ, धबधब्यावर थोडा तीव्र प्रकाश झोत टाकावा व आजूबाजूला थोडी सौम्य प्रकाशयोजना करावी. त्यामुळे धबधब्याचे सौंदर्य खुलून दिसेल. तसेच संध्याकाळच्या वेळी आपण बसतो तिथे आपल्याला थोडा एकान्त हवा असतो.

अशा ठिकाणी थोडा मंद प्रकाश पडेल असे आकर्षक लॅम्प शेड बसवावेत.

लाइटचा कमी-अधिक प्रकाश देऊन तो भाग सुंदर, उठावदार करावा. बागेच्या सौंदर्यात प्रकाशयोजनेमुळे नक्कीच भर पडते.

बागेत एक आकर्षक केंद्रबिंदू असावा. एखाद्या ठिकाणच्या सुंदर मांडणीने आपले लक्ष वेधले पाहिजे. याचा अर्थ असा नाही की, बाकीचा भाग सुंदर असू नये. पुष्परचना करताना कसे आपले लक्ष आपल्या विशिष्ट फुलाकडे वेधले जाते त्याप्रमाणेच.

मोठी बाग असेल तर त्यात अनेक प्रकार सहजपणे सामावले जातात. पण छोट्या जागेत अनेक प्रकार कोंबण्याचा प्रयत्न करू नये. त्यामुळे कशाचेच सौंदर्य दिसणार नाही. आपले लक्ष झाडाकडे, फुलांकडे, पानांकडे गेले पाहिजे; इतर गोष्टींवर कमी. आपला मुख्य उद्देश झाडे, पाने-फुले हे आहे हे उद्यानप्रेमींनी विसरू नये. खूप आकर्षक, महागड्या सुंदर वस्तू बागेत ठेवल्या तर, आपले लक्ष बाह्य वस्तू जास्त वेधून घेतात. त्यामुळे बागेचा मुख्य उद्देश बाजूलाच राहतो. निसर्गात झाडांमध्ये जे सौंदर्य आहे, ते नकली वस्तूत अजिबात नाही, हे ध्यानात ठेवावे. बाग म्हणजे चैतन्य.

■

प्लॅस्टिक, थर्मोकोल आहेत घातक, हजार वर्षेही ते नाही हो कुजत!

हिरवळ (लॉन)

'हिरवे हिरवे गार गालिचे, हरित तृणांच्या मखमालीचे' ही बालकवींची कविता सर्वांनी बऱ्याच वेळा ऐकली असेल. या ओळी गुणगुणल्या की, आपल्या डोळ्यांसमोर उभा राहतो बालकवींचा निसर्ग, तसेच कुणालाही नुसत्या कल्पनेने मोहून टाकणारी ती हिरवळ!

हिरवळ म्हणजे संपूर्ण बागेचे हृदयच. हिरवळीशिवाय बगिचा! नुसती कल्पना करून बघा. हिरवळीला बागेच्या विभागामध्ये फार महत्त्वाचे स्थान आहे हे निर्विवाद. ही हिरवळ कुठे, कशी लावायची ते पाहू या.

हिरवळ अनेक आकारात, अनेक प्रकारची लावली जाते. संपूर्ण उन्हात वाढणारी हिरवळ वेगळी असते. तसेच संपूर्ण सावलीतही वाढणाऱ्या हिरवळीचे प्रकार आहेत. बागेची आखणी करताना, आपण कुठल्या आकारात हिरवळ लावणार आहोत, ते प्रथम पाहावे. खूप ठिकाणी हिरवळ पायवाटेच्या फरश्यांमध्ये, बागेच्या मुख्य वाटेच्या लाद्यांवर वाढवली जाते. ही शक्यतो हरळी असावी. कारण ही कमी मातीत, कमी पाण्यातही चांगली वाढते व पायाखाली तुडवली गेली तरी ती मरत नाही. (इतर जाती नाजूक असतात.) तसेच बागेच्या आखणीमध्ये छोट्या-मोठ्या टेकड्या कराव्या किंवा रॉकरीवरही हिरवळ लावावी. हीदेखील मुख्य हिरवळ ज्या प्रकारची असते त्या प्रकारचीच लावावी. पण एखादे वेळेस हिरवळीवर ऊन येत असेल व काही भाग सावलीत असेल तर, जो भाग सावलीत येतो, त्याठिकाणी डोंगराचा आकार देऊन, त्यावर ब्राह्मी किंवा पास्पेलॉन अशी वेगळी वनस्पती लावली तरी चांगले दिसते. पास्पेलॉन हे रुंद पानाचे गवत असते. त्याला 'रिबन स्ट्रिप' असेही म्हणतात. ते सावलीत चांगले वाढते. ब्राह्मीचे लॉन छान दिसते. पण त्याठिकाणी वावर जास्त असेल तर तुडविल्यानंतर ते राहत नाही, कारण ती नाजूक प्रकारची वनस्पती असते. त्यामुळे त्याला एकसारखेपणा येत नाही. शोभेच्या ठिकाणी म्हणजे डोंगरावर, पुष्करिणीच्या काठावर ब्राह्मी लावावी. जपानी गवत, ब्लू

ग्रास, दूब, गणेश, कारपेट, बरमुडा इत्यादी जाती लावता येतात. तसेच साधी हरळीही आपण लावू शकतो. फक्त ती वरचेवर कापावी लागते. ती तितकीशी मऊ असत नाही. जास्त वर्दळीच्या ठिकाणी, सार्वजनिक उद्यान, शाळेसमोरील क्रीडांगणासाठी त्याची निवड करावी.

रिबन स्ट्रिप – हे गवत हिरव्या व लाल रंगाचे असते. तितकेसे सौंदर्य या हिरवळीला नसते. त्याची अजिबात देखभाल करावी लागत नाही. अधिक वर्दळीच्या जागी हे लावले जाते. उदाहरणार्थ, सार्वजनिक उद्याने, शाळा, कॉलेजसमोरील उद्याने. यासाठी ६ ते ७ इंच खोलवर माती नांगरावी किंवा खोदावे. हरळी, तण, लव्हाळा काढून लावणी करावी. स्ट्रिप लॉन साधारण २ ते ३ महिन्यांतच भरते. हरळी व स्ट्रिप लॉनसाठी देखभाल जास्त लागते, पण हे लॉन सुखद असते. जमीनही ३ ते ४ फूट खोदून माती चांगली करून घ्यावी लागते.

खते – शेण खत (बी.एच.सी. पावडर टाकून), युरिया ही खते टाकावी लागतात. प्रत्येक १०० स्क्वे. मी. जागेसाठी ६ ते ७ टोपल्या शेणखत, अडीच किलो फॉस्फेट, १ किलो पोटॅश, आवश्यकता असल्यास व पाण्याचा निचरा चांगला असल्यास १/२ किलो बी.एच.सी. पावडर (१०%) आवश्यकतेनुसार टाकावी. रासायनिक खते पाण्यात विरघळवून टाकावीत. हे सर्व एकत्र करून मातीत टाकावे. युरिया लागवण करतेवेळी टाकायचा नाही. जमिनीचा पृष्ठभाग सारखा करून घ्यावा. २ बाय २ फुटाचे चौकोन करून घ्यावे. या पद्धतीने हिरवळ चांगली भरते. संध्याकाळी ४-५नंतर हिरवळ लावणे सगळ्यात चांगले. स्ट्रिप ग्रासचे कटिंग जगते, पण जंपिंग ग्रास, कॉमन ग्रास (हरळी), ब्लू ग्रास मुळासकट हवे. बी पण मिळते. बी हलके असल्यामुळे वाऱ्याने उडून जाण्याची किंवा पाण्याने वाहून जाण्याची शक्यता असते. त्यामुळे मुळे लावणे चांगले असते. स्ट्रिप लॉन हे २ ते ३ महिन्यांतच भरते. जंपिंग ग्रास व इतर प्रकारच्या गवतांना ६ ते ९ महिन्यांचा कालावधी लागतो.

हिरवळ थोडी हिरवी दिसू लागल्यावर युरिया टाकावा. युरिया पानांवर पडू द्यावयाचा नाही. तो पाण्यात घालून फवारावा. हिरवळीमध्ये तणांचा प्रादुर्भाव होऊ नये, म्हणून हिरवळ लावण्याच्या आधी Basalin नावाचे औषध पाण्यात टाकून फवारावे. जमीन ओली करावी. तणनाशक टाकायचे नसेल तर जमिनीला पाणी द्यावे व आलेले तण काढून टाकावे. तणनाशक टाकल्यानंतर ४ महिने गवत येत नाही. गोदनी गवत व हरळी नष्ट होते. लव्हाळी झाली तर पुन्हा गवत उकरण्याशिवाय पर्याय नाही. लव्हाळीच्या सात गाठी जमिनीखाली असतात. गाठी काढून जाळून टाकाव्या. ६-७ महिन्यांनी पाणी मिळाले तरी लव्हाळा जिवंत होतो. वारुळ असेल तर ते खोदावे. अळी सापडल्यास ती नष्ट करावी. ती नष्ट केल्यावरच वारुळ नष्ट

होते. त्यात ५०% बी.एच.सी. पावडर किंवा थीमीट टाकल्यानेसुद्धा ती नष्ट होते. ही अळी दररोज अगणित (कामकरी वर्ग) वाळव्या तयार करते व हिरवळ तिच्यामुळे नष्ट होते. जिथे फट पडली असेल तिथे पुन्हा रोपण करावे.

हिरवळ लावल्यानंतर १५ दिवसांनी पाणी दिल्यानंतर रोलर फिरवावा. त्यामुळे गवताची मुळे पुन्हा जमिनीलगत जाऊन ती पुन्हा उगवतात व ते दाट दिसते. २-३ महिन्यांत ब्लू ग्रासला गुच्छ आल्यास कात्रीने कापून टाकावे. त्यामुळे हिरवळीची उंची एक सारखे दिसते. १ महिन्यानंतर १० बाय १० फुटांच्या जागेत १०० ग्रॅम युरिया टाकावा. १५ दिवसांनी लॉन मुव्हर फिरवावे. त्यामुळे हिरवळ एकसारखी दिसते. एकदम हिरवळ वाढू देऊ नये.

हिरवळीभोवती मोकळ्या जमिनीचा काठ ठेवावा. खुरप्याने ही जागा खुरपून घ्यावी. तिथे हिरवळ वाढू देऊ नये. त्यामुळे हिरवळ उठून दिसते.

हिरवळीची घ्यायची काळजी – हिरवळीवर गरम पदार्थ ठेवू नयेत. उदाहरणार्थ, चहाची किटली, गरम जेवणाचे डबे, तेलकट पदार्थ. अशाने तेवढ्या जागेचे गवत जळते. हिरवळीला तेल व गरम पदार्थ वर्ज्य (ही काळजी ब्लू ग्रास व जंपिंग ग्राससाठी) आहे.

हिरवळ सतत हिरवीगार ठेवण्यासाठी खताचा उपयोग करणे आवश्यक आहे. पाऊस सुरू होण्याच्या आधी व एकदा थंडीच्या आधी १०० वर्ग मीटर हिरवळीसाठी

नक्षीदार लॉन कटिंग

नायट्रोजन, फॉस्फेट किंवा पोटॅश असणारी खते पाण्यात विरघळून घ्यावी. त्याच्यासाठी १ किलोग्रॅम युरिया, ३ किलोग्रॅम सुपर फॉस्फेट किंवा १०० ग्रॅम म्युरेट ऑफ पोटॅश मिसळून सगळीकडे एकसारखे शिंपडावे. उन्हाळ्यात प्रत्येक तिसऱ्या दिवशी हिरवळीला पाणी द्यावे. शक्यतो पाण्यासाठी स्प्रिंकलर वापरावा. हिरवळीमध्ये

कारपेट लॉन मधील फुलांचे ताटवे

दोन फरशांच्या खाचात लावलेली हरळी

सुकलेला भाग दिसल्याबरोबर खुरडून बघावा. वाळवी असेल तर वर सांगितल्याप्रमाणे बंदोबस्त करावा.

हिरवळ एक ते दीड इंच उंच झाल्याबरोबर लगेच कापावे. गवताची उंची अर्ध्या इंचापेक्षा जास्त ठेवू नये. हिरवळीला सूर्यप्रकाश हवा असतो. सूर्यप्रकाश कमी असेल तिथे हिरवळ लावू नये. जंपिंग लॉनला दुसऱ्या ठिकाणी सहज हलवता येते. गालिचाप्रमाणे गुंडाळता येते. म्हणून याला 'कार्पेट लॉन' असेही म्हणतात. याचे ४ बाय ४ फुटांचे तुकडे काढावेत. ६ इंच खोल खणून हे तुकडे जसेच्या तसे

हिरवळीमध्ये पुष्करिणी बनवून केलेली आकर्षक फुलझाडांची रचना

अंथरावे. नंतर जरा बडवावे लागते किंवा रोलर फिरवावा लागतो. या पद्धतीने हिरवळ खूप लवकर तयार होते.

गच्चीवरसुद्धा या सर्व प्रकारांनी हिरवळ लावू शकतो. हिरवळीची काळजी घेणे तेवढेच महत्त्वाचे आहे.

जुन्या हिरवळीला पुनर्जीवित करणे – ही उपाययोजना वर्षातून एकदा करावी. हिरवळ जमिनीलगत पूर्णपणे कापावी. कापल्यानंतर त्यावर चाळलेले शेणखत, माती व कोकपीट घालून ५ मि.मी. उंचीपर्यंत पूर्ण झाकून टाकावे. या प्रक्रियेनंतर हिरवळ अतिशय सुंदर, दाट व निरोगी राहते.

हिरवळीमध्ये एक आकर्षक केंद्र असावे. सुंदर झाड, कारंजे, पुष्करिणी, रॉक गार्डन किंवा बसण्याची आकर्षकरीत्या सजवलेली जागा. तिथे आपली नजर खिळली पाहिजे. बागेचा हा भाग सर्वाधिक सुसज्ज, सुंदर आणि आकर्षित असावा. बहुतेक करून हिरवळीचा भाग हा प्रथमदर्शनी असतो आणि प्रभाव छान पडतो. ■

विहिरीत, नदीत टाकलेले निर्माल्य पाणी प्रदूषित करते, मातीत गाडले की, त्याचे छान खत बनते.

गच्चीवरील बाग (टेरेस गार्डन)

जागेच्या अभावी आपल्याला बागेचा छंद जोपासता येत नाही. त्यामुळे अगदी कमीत कमी जागेत बाग कशी करायची हा मोठाच प्रश्न पुढे उभा राहतो. पुणे-मुंबई यांसारख्या शहरांत बंगल्याभोवतालची बाग हे एक मोठे स्वप्नच होऊन बसले आहे. तरी आजकालच्या बऱ्याच फ्लॅट धारकांना गच्ची उपलब्ध होऊ शकते. छोट्याशा बाल्कनीत अगदी कलात्मकरीत्या सुंदर बाग करता येते.

सतत २५ वर्षांच्या गार्डन क्लबच्या स्पर्धांमधून गच्चीवरल्या अनेक सुंदर बागा बघायला मिळाल्या. आमच्या एका सदस्याकडे गच्चीखाली रस्त्यावर पिंपळाचे झाड होते आणि त्या झाडाच्या फांद्या तिसऱ्या मजल्याच्या गच्चीभर पसरल्या होत्या. त्या

फांद्यांचा त्यांनी फार सुंदर उपयोग बागेसाठी करून घेतला होता. खाली त्यांनी मंदिर ठेवले होते व झाडाच्या फांद्यांवर शिंकाळी लटकवली होती. त्यावर त्यांनी मातीच्या घंटा लावून फांद्या सुशोभित केल्या. त्याखाली त्यांनी बाग केली. थोडे ऊन येत होते, तिथे गुलाब व इतर फुलांच्या कुंड्या, सावलीच्या ठिकाणी सावलीतील झाडे अशी रचना करून गच्चीवर अतिशय आकर्षक मांडणी केली होती.

अशा प्रकारे जमिनीवर बोगनवेल, जाई-जुई इत्यादी वेल वाढवून अगदी शक्य असल्यास ३-४ मजल्यांच्या गच्चीपर्यंत वाढवून त्यांचा गच्चीवरील बागेसाठी उपयोग करू शकतो. त्यामुळे बिल्डिंगला धक्का पोहोचत नाही व झाडे जमिनीवर चांगली वाढतात. फुलेही मिळतात व गच्चीची शोभाही वाढते.

बागेचे सगळे प्रकार गच्ची खराब न होता, गळती वगैरे न लागता व्यवस्थितपणे करता येतात. जमिनीवर आपण बागेचे जे सर्व प्रकार करतो, म्हणजे जलोद्यान, रॉक गार्डन ते सर्व गच्चीवरही करता येतात. परसबाग, झुडूपवर्गीय फळे-फुले आणणारी, थोडक्यात फलोद्यानही आपण गच्चीवर करू शकतो.

जमिनीवरील म्हणजे बंगल्याभोवतालच्या जागेमध्ये म्हणावा तेवढा सूर्यप्रकाश वरून मिळू शकत नाही. पण आपल्या गच्चीवरील बागेमध्ये ऊन आणि सूर्यप्रकाशाची उणीव भासत नाही. उलट ऊनवारा जास्त होऊ नये यासाठी काही वेळा वेगळी उपाययोजना करावी लागते. गच्चीवर काही वेळा वाराही जास्त असतो. यासाठी शेडनेटचा उपयोग करावा लागतो. सावलीसाठी प्लॅस्टिक किंवा पत्रा वापरू नये. त्याने उष्णता अधिक वाढते. ज्यांना गच्चीवर हिरवळ व पुष्करिणी करायची असेल त्यांनी गच्चीवर वॉटरप्रुफिंगची विशेष प्रक्रिया करणे अत्यंत गरजेचे आहे. त्यासाठी

कृत्रिम दगड वापरून केलेली गच्चीवरील बाग

हल्ली बरीच रसायने बाजारात मिळतात. वॉटरप्रुफिंग केले नसेल तर तलावासाठी किंवा मत्स्यशेतीसाठी वेगळ्या प्रकारचे टिकाऊ प्लॅस्टिकचे कापड बाजारात मिळते ते वापरावे. साध्या प्लॅस्टिकपेक्षा ते वेगळे असते. रिलायन्स कंपनीने तयार केलेले शीट टिकायला छान आहे, थोडे जडही असते. त्याचा उपयोग गच्चीवरील बागेसाठी केला तर गच्ची पाण्यामुळे खराब होणार नाही. त्याला ढाळ (स्लोप) देऊन पाण्याचा निचरा नळीद्वारे करावा. गच्चीवर बगिचा तयार करताना ही बाब लक्षात ठेवणे सर्वांत गरजेचे आहे जेणेकरून सततच्या ओलाव्याने गच्ची खराब होणार नाही. हे सहज शक्य आहे.

घराचे बांधकाम करतानाच गच्चीवर बगिचा करायचे सामान आपल्याकडे असेल, तर बरीचशी पूर्वतयारी आधीच करता येते. उदाहरणार्थ, स्लॅब टाकतानाच वॉटरप्रुफिंग करता येते. शिवाय जलोद्यान करायचे असेल, तर बांधकामामध्येच पुष्करिणी बांधून घेता येईल किंवा धबधबाही बांधून घेता येईल आणि समजा आपण तयार फ्लॅट घेतला असेल आणि आपल्याला पूर्वतयारी करता नाही आली तरी काही हरकत नाही. आपण आपला गच्चीवरील बगिचा वेगवेगळ्या प्रकारे सजवू शकतो.

गच्चीवर निसर्गात मिळणारे दगड न वापरता अगदी कमी वजनाचे हलके फायबरचे तयार दगड मिळतात ते वापरावे. तसेच फायबरचे धबधबेही तयार करून

गच्चीवरील बाग

मिळतात. वेगवेगळ्या आकाराच्या पुष्करिणीही तयार करून मिळतात. एवढे सगळे साहित्य आपल्याला मिळाल्यानंतर बाकी काम राहते ते कलात्मकरीत्या रचना करण्याचे. यातच तुमचे खरे कौशल्य पणाला लागते.

गच्चीवरील बागेमध्येसुद्धा खूपकाही एकत्र करण्याचा किंवा कृत्रिम साहित्याने गच्ची सजवण्याचा प्रयत्न करू नये. शेवटी नैसर्गिक झाडाझुडपांशिवाय काहीच शोभत नाही. त्यामुळे कृत्रिम वस्तूंचा माफक प्रमाणातच उपयोग करावा. शिवाय आपल्याला बाग तयार करायची आहे, त्यामुळे झाडांचे नैसर्गिक सौंदर्य दृष्टिआड करून चालणार नाही. गच्चीवर फळबाग, बोन्साय गार्डन, हिरवळ, फुलझाड हे प्रकार करू शकतो.

फळबाग – आपल्याला अनेक फळझाडे गच्चीवर लावता येतात. उदाहरणार्थ, पपई, लिंबू, डाळिंब, आवळा, शेवग्याच्या शेंगा, सीताफळ इत्यादी. ज्या झाडांची मुळे खोलवर जाऊन इमारतीला इजा पोहचवू शकत नाहीत, अशी झुडूपवर्गीय झाडे गच्चीवर लावावीत. यासाठी प्लॅस्टिकच्या मोठ्या कुंड्याही उपलब्ध असतात. यामध्ये पेरू, नारळ, केळीही लावता येतात. प्लॅस्टिकचे ड्रम अर्धे कापून वापरता येतात किंवा फायबरच्या कुंड्याही ऑर्डरप्रमाणे तयार करून मिळतात. पपईची मुळे मऊ असतात. ती खोलवर जात नाहीत. त्यामुळे पपईची लागवड गच्चीवरील बागेत सहज करता येईल.

गच्चीवर झाडे लावण्यासाठी पूर्वतयारी – १८० जीएसएम (G.S.M.)

कपडा, जिथे आपल्याला गार्डन करायचे आहे, त्या जागेवर अंथरून घ्यावा. तो ताठ राहण्यासाठी त्याच्यावर सिमेंटच्या विटा एकसारखे अंतर सोडून ठेवून घ्याव्या. अंदाजे १०० चौ. फुटास ३० ते ४० विटा कपड्यावर ठेवाव्यात, म्हणजे प्लॅस्टिकचा कपडा हलणार नाही. नंतर त्याच्यावर नेटलॉनची जाळी अंथरावी, त्यावर नारळाचा काथ्या किंवा शेंड्या अंथराव्यात. ते पसरून झाले की, त्यावर हलक्या वाळूचा थर पसरावा आणि त्यानंतर त्याच्यावर खत, मातीचा थर पसरावा. त्याची उंची आवश्यकतेनुसार म्हणजे गरजेनुसार कमी-जास्त असावी. फुलझाडे लावायची असतील, तर ४ ते ५ इंच असावी. हिरवळीसाठी ९ इंच असावी. फळझाडे लावायची असतील, तर १ ते २ फुटापर्यंत मातीच्या थराची उंची असावी. सर्व प्रकारची झाडे गच्चीवर लावण्यासाठी ही पद्धत आहे. आपल्या गरजेनुसार फक्त मातीचा थर कमी-जास्त करावा.

गच्चीवर ऊन भरपूर असल्यामुळे औषधी वनस्पतीपण लावाव्यात. गच्चीवर भाजीपाला चोरी जाण्याची किंवा शेळ्या-मेंढ्यांनी खाण्याची शक्यता कमी असते. भरपूर ऊन व प्रकाश असल्यामुळे किडींचा प्रादुर्भाव कमी प्रमाणात होतो. पावसाळ्यात मात्र जास्त पाण्याने माती वाहून जाणार नाही याची काळजी घ्यावी. शेडनेट वगैरे वरून टाकावे किंवा पारदर्शक प्लॅस्टिकने गच्ची झाकावी.

गच्चीवरील आकर्षक बाग

■

हिरवे हिरवे जंगल जिथे, पाऊस पडतो नियमित तिथे.

धबधबा (वॉटर फॉल)

तेच डोंगर, तेच पाणी, तीच झाडे, पण प्रत्येक ठिकाणची रचना वेगळी. 'एकासारखा दुसरा नाही' असे धबधबे आपण निसर्गात बघतो. प्रत्येक ठिकाणचे सौंदर्य वेगळे. पूर्वीच्या काळी मोगलांनाही या झऱ्यांनी, धबधब्यांनी भुरळ घातली होती. नैसर्गिक पाण्याचे झरे पाहून त्यांनी त्या ठिकाणी मोगल गार्डन तयार केले. धबधबे बघून कुठलाही अरसिकसुद्धा भान हरपून जाईल. त्या वेळी वीज नव्हती, त्यामुळे कृत्रिम धबधबे तयार करता येत नव्हते. कारंजी मात्र कृत्रिमरीत्या केली जात. पण आजकाल अनेक शोध लागल्यामुळे निसर्गाचं कुठलेही रूप आपण बंदिस्त करू शकतो. वीज, फायबर, पॉलिथीन यांच्या शोधामुळे आपल्याला ही किमया सहज शक्य झाली आहे, असे म्हणायला हरकत नाही.

पाण्याचे आणि निसर्गाचे नाते अतूट. वाहणारा ओढा, झरे, नदी, तलाव, समुद्र सगळेच अलौकिक, पण हे सगळे आपण आपल्या छोट्याशा बागेत नवीन तंत्रज्ञानाच्या साहाय्याने बनवू शकतो, ही मात्र मानवाची किमया.

आशिया खंडात सगळ्यात

धबधबा तयार करण्यापूर्वीची रचना

धबधबा तयार झाल्यानंतरची रचना

मोठा मानवनिर्मित धबधबा सिंगापूरच्या ऑर्किड गार्डनमध्ये आहे. तो जवळजवळ ३० मीटर उंचीचा आहे. तो इतका नैसर्गिक वाटतो की, सर्वांना सांगावे लागते की हा मानवनिर्मित धबधबा आहे.

अलीकडे एवढ्या मोठ्या धबधब्यापासून ते अगदी पिटुकल्या ६ इंचाच्या भांड्यामध्येसुद्धा, म्हणजे दिवाणखान्यात टेबलावर बसेल इतका छोटा धबधबा आपण बनवू शकतो. हे पुस्तक लिहिण्यामागे माझा तोच उद्देश आहे, कमीत कमी जागेमध्ये जास्तीत जास्त कलात्मक रितीने बाग करणे. अगदी घरासमोरील १० बाय १० फुटांच्या जागेपासून ते ६ इंचापर्यंत छोट्यात छोटे धबधबे आपण बनवू शकतो. गच्चीवरसुद्धा सुंदर धबधबा तयार करता येतो. आपण गच्चीवर बसलो आहोत की जंगलात, असा भास व्हावा इतपत ते आपल्याला खरे वाटतात.

बागेतले धबधबे दगड-गोटे, विटा, सिमेंट यांनी तयार करता येतात व फायबरचेही अनेक आकारांमध्ये धबधबे तयार मिळतात. पण स्वत: तयार करण्याची

मजा काही औरच. सुटे फायबरचे दगड मिळतात. ते जोडूनही लहान-मोठे धबधबे तयार करता येतात.

हे झाले मोठ्या धबधब्यांबाबत. छोट्या ट्रेमध्ये बाल्कनीत ठेवण्यासाठी तारेची जाळी, थर्माकोल, व्हाइट सिमेंट तसेच मेणाचेसुद्धा धबधबे आपण तयार करू शकतो. प्रथम आपण तारेची जाळी वापरून धबधबा कसा तयार करायचा ते पाहू. हा धबधबा (वॉटर फॉल) चालवण्यासाठीचे साहित्य व प्रत्यक्ष काय करावे लागते?

साहित्य – छोट्या धबधब्यासाठी तारेची बारीक जाळी (पीठ चाळण्याच्या चाळणी इतकी बारीक जाळीची) एमसील, व्हाइट सिमेंट, ऑइल पेंट (हे सर्व साहित्य हार्डवेअरच्या दुकानात मिळते.)

छोटी मोटर (पाण्याचा पंप) मत्स्यालयात मिळते.

धबधबा तयार करण्यापूर्वीची रचना

धबधबा तयार झाल्यानंतरची रचना

सजविण्यासाठी दगड-गोटे, शेवाळ, छोट्या कुंड्या, सिरॅमिकची घरे, कृत्रिम झाडे. (हे सर्व साहित्य मत्स्यालयात मिळते.)

धबधब्याची जुळणी – हा धबधबा चालविण्यासाठी छोटी मोटर लागते.

मोटर कुठे ठेवायची ती जागा फोटोमध्ये दाखविली आहे. ती मोटर सहजासहजी दिसणार नाही अशी मागील बाजूस ठेवावी. तिला दोन छिद्रे असतात एक छिद्र पाणी ओढून घेण्यासाठी व दुसरे छिद्र पाणी सोडण्यासाठी असते. मोटर पाण्यात अर्धी बुडेल अशी ठेवावी. पाणी सोडण्यासाठी जे छिद्र असते त्याला छोटी नळी लावून फोटोत दाखविल्याप्रमाणे वरच्या बाजूस जोडावी.

प्रथम बारीक पीठ चाळतो त्या चाळणीतल्या जाळीसारखी तारेची जाळी घ्यावी. आपल्याला ज्या आकाराचा धबधबा करायचा आहे तेवढ्या आकाराची जाळी घ्यावी. त्याला आपल्याला हवा तो आकार देता येतो. आकार देऊन झाल्यावर फायबरच्या किंवा ॲल्युमिनियम ट्रेच्या मध्यावर तो एमसीलच्या साहाय्याने बसवावा. छोटी मोटर मागच्या बाजूला बसेल एवढी जागा मागे शिल्लक ठेवावी. नंतर पांढरे सिमेंट जाडसर कालवून आपण पेंट करतो त्याप्रमाणे ती जाळी पेंट करावी. एक थर वाळला की दुसरा द्यावा. अशी सर्व तार पूर्ण बुडेल तोपर्यंत २-३ हात द्यावेत, नंतर ऑइल पेंटचे २ हात द्यावेत. नंतर तो कृत्रिम झाडांनी किंवा खऱ्या छोट्या कुंड्या, दगड-गोटे, घरे यांच्या साहाय्याने हवा तसा सजवावा. अशा प्रकारे थर्माकोल, मेण किंवा रबर वगैरे साहित्य वापरून धबधबा घरच्या घरी तयार करता येतो. पाण्यात वाढणाऱ्या असंख्य वनस्पती आपल्या बागेत मिळतात, त्यांचा उपयोग करावा. छोट्याशा टँकमध्ये गप्पी मासे, शंख, शिंपले टाकावेत. छोटे प्लॅस्टिकचे मातीचे पक्षी, घरे असे खूप सारे साहित्य मत्स्यालयामध्ये मिळते. त्या साहित्याने हा धबधबा सजवावा.

विविध प्रकारे हे धबधबे आपल्या आवडीप्रमाणे तयार करता येतात. अगदी आवड असल्यास तुम्ही धबधबे घरच्या घरी करून लायब्ररीप्रमाणे त्यांचा उद्योगधंदाही करू शकता, धबधबा तयार करून विकू शकता. एक लघुउद्योग म्हणून हे करून पाहायला काही हरकत नाही.

■

थेंब थेंब अडवा हो, जमिनीत पाणी जिरवा हो.

रोपवाटिका (नर्सरी)

बागेचे विभागीकरण अनेक कारणांनी, अनेक उपयोगासाठी केले जाते. बागेमध्ये छोट्या रोपांच्या देखभालीसाठी एक वेगळा विभाग असावा, जेथे छोट्या रोपांची विशेष काळजी घेतली जाईल. या भागाचे आपल्या कल्पकतेप्रमाणे सुशोभिकरण केले तर आपल्यालाही काम करण्यासाठी सुंदर जागा मिळू शकते. झोपडीसारखा किंवा पॅगोडासारखा आकार दिला, तर या रोपवाटिकेमुळे शोभेत भरच पडेल. काचेचे ग्रीनहाउस केले तरी चालेल, जेणेकरून बियांपासून रोपे तयार करणे, छोट्या रोपांचे ऊन, वारा, पाऊस यांपासून रक्षण व्हावे अशी जागा बागेत असणे आवश्यक

एक तयार रोपवाटिका

आहे. पावसाळ्यात ज्या झाडांना पाणी नको आहे अशा रोपांची; सक्युलंट, कॅक्टस इ. झाडांची काळजी घेण्यासाठी या रोपवाटिकेची गरज आहे. या जागेमध्ये आपण झाडांखेरीज बागेची अवजारे, माती, खते, औषधे इ. वस्तूही ठेवू शकतो. बोन्साय आदी झाडांची छाटणी करणे, रिपॉटिंग करणे इ. कामे आपण उभ्या-उभ्या करू शकत नाही. त्या कामासाठी एक टेबल टाकणे गरजेचे आहे आणि ही जागा जर सुशोभित केली तर इथे बसून काम करायलाही मजा येईल. शिवाय इतर वेळी मुलांना अभ्यास, वाचन, विसावा यासाठीपण जागेचा उपयोग करता येईल.

त्यादृष्टीने ही जागा व्यवस्थित सजवून साफ ठेवावी. एखादा पुतळा, शुष्क काष्ठे किंवा मातीची भांडी इ. ठेवून तिला वेगळेपणा आणावा. जर झोपडीचा आकार दिला असेल, तर भिंतीवर वारली पेंटिंग खूपच खुलून दिसेल. वेगवेगळ्या कारणांसाठी ही जागा आपण वापरू शकतो. तो बागेचा एक हिस्सा व्हायला हवा. इथे आपण लटकणारी शिंकाळीपण लावू शकतो.

■

पाऊसपाण्याचे करा संकलन, जाणवणार नाही पाण्याची चणचण.

अभिवृद्धी (प्रोपोगेशन)

बाग तयार करायची म्हटले की, रोपे तयार करणे हे काम आलेच. रोपे तयार करण्याचीही आपल्याला थोडीफार माहिती असणे आवश्यक आहे. नवीन रोपे आपण कटिंग, बीपासून तसेच कलम करूनही करू शकतो. नर्सरीतून प्रत्येक वेळी झाडे आणणे परवडण्यासारखे नसते. तसेच ती रोपे खात्रीलायक असतील की नाही याची शाश्वती नसते. बीपासून रोपे तयार करणे हे सर्वसाधारण सर्वांनाच माहीत असते. काही झाडांच्या फांद्या लावूनही रोपे तयार करतात येतात. ही पद्धत खूप सोपी, सोईस्कर, सर्वांना माहीत असलेली आहे. आता आपण नेहमी लागणाऱ्या आणि हमखास यशस्वी होणाऱ्या कलमांची माहिती घेणार आहोत, जी उद्यानप्रेमींना येणे आवश्यक आहे. थोड्याशा प्रयत्नांनी ही कलमे छान जगतात आणि अशी अनेक रोपे आपण घरच्याघरी बनवू शकतो.

१) गुटी कलम – हे कलम करण्यास अत्यंत सोपे आहे, ते खात्रीलायकरीत्या यशस्वी होते. हे कलम केव्हाही केले तरी चालते. पावसाळ्यात मुळांची वाढ झपाट्याने होत असते. हवेत ओलावा असतो, शिवाय पावसामुळे कलम केलेला भाग ओलाही राहतो. म्हणून जून-जुलै या प्रकारच्या कलमांना योग्य असा काळ आहे. एरवी केले तर मुळे येण्यास वेळ लागतो. कलम केलेला भाग सतत ओला राहील याची काळजी घ्यावी लागते.

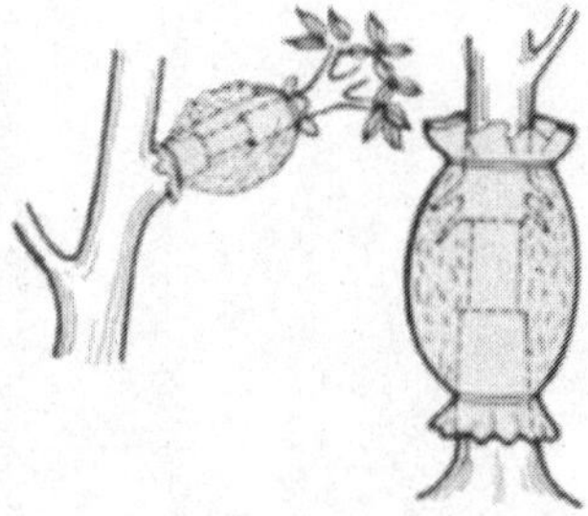

गुटी कलम

प्रथम निवडलेल्या फांदीवर शेंड्यापासून एक ते दोन इंच अंतरावर साधारण एक इंच रुंदीची भोवतालची साल वरच्यावर काढून घ्यावी. नंतर त्याच्यावर 'सीरेटेक्स' किंवा 'रोटेक्स' नावाची रूट हॉरमोन पावडर मिळते. ती थोडीशी

टाकावी व सर्व बाजूने मॉस ओले करून साल काढलेल्या भागावरती गुंडाळावे.

पाणी खूप असू नये, त्यावर प्लॅस्टिकचा कागद बांधावा. दोन ते अडीच महिन्यांच्या कालावधीत मुळ्या फुटलेल्या दिसू लागल्यावर खालून फांदी कापून कुंडीत लावावी. कुंडीत पाच-सहा महिने वाढवावी किंवा पॉलिथीनच्या पिशवीत लावली तरी चालते. पाच ते सहा महिन्यांत मुळे परिपक्व होतात. त्यानंतर ते रोप लावण्यास योग्य होते.

२) दाब कलम – हेही खात्रीलायक यशस्वी होणारे व करायला सोपे असे कलम आहे. यात मूळ झाडामधले सर्व गुणधर्म रोपामध्ये येतात. एखाद्या झाडाची जमिनीलगतची फांदी या कलमासाठी योग्य असते. खालच्या बाजूने बडिंग नाइफने साल काढून घ्यावी व ती फांदी जमिनीत किंवा कुंडीत पुरून टाकावी. मातीपासून ती फांदी अलग होऊ नये म्हणून मातीवर एखादा दगड किंवा वजन ठेवावे. हे कलमसुद्धा जून-जुलै महिन्यात करावे. २ ते ३ महिन्यानंतर फांदीच्या अलीकडे छाट देऊन मूळ वृक्षापासून फांदी वेगळी करावी. वेगळी केल्यानंतर जिथे झाड कायमसाठी लावायचे असेल त्या ठिकाणी ते लावावे. विशेषत: पेरूचे कलम अशा प्रकारे केले जाते.

मुळांचे विभाजन करून अभिवृद्धी – प्रत्येक झाडाची अभिवृद्धी वेगवेगळ्या पद्धतीने होते. काही झाडांचे पुनरुत्पादन बीपासून होते तर काही शाखा, फांदी, डोळा, पान या झाडांच्या अवयवांपासून होते. मुळांचे विभाजन करूनही नवीन रोपे तयार करता येतात. या प्रकारामध्ये फांद्यांनाच जमिनीलगत मुळे फुटलेली दिसतात. बऱ्याच घरातील झाडांमध्ये ही पद्धती अवलंबली जाते. मरांटा, जरबेरा, फायकसच्या काही जाती, इत्यादी जातींच्या एका झाडापासून अनेक रोपे तयार करता येतात.

कंदाचे विभाजन करून – अनेक वनस्पती कंदवर्गीय असतात. त्यांचे प्रकार – कमळ, अळू, प्रेअरप्लँट, शतावरी, सफेद मुसळी, इ. फुले येऊन गेली की, एकाला एक असे अनेक कंद फुटतात. हे कंद अलग करून नवीन रोपे तयार करता येतात.

पानफुटी – काही वनस्पतींच्या पानापासून त्याची अभिवृद्धी होते. जून पान घेऊन जमिनीत लावले असता त्याची अनेक रोपे मिळतात. अशा वनस्पतीला 'पानफुटी' असेही म्हणतात. बऱ्याच सक्युलंटची निर्मिती पानांपासून होते.

फुटवे (सकर्स) – काही झाडांना झाडांजवळच मुळातून किंवा कोंबातूनच नवीन फुटवे येतात. स्ट्रॉबेरी, इपीसीका, सेरेका, इ. या झाडांची अशा प्रकारे अभिवृद्धी करता येते.

■

नियमित व्यायाम, संतुलित आहार व सृष्टीची मैत्री,
हीच निरोगी जीवनशैलीची त्रिसूत्री.

जलोद्यान (वॉटर गार्डन)

टब गार्डन

आतापर्यंत आपण बागेचे अनेक विभाग पाहिले. त्यात आपली बाग अधिक नैसर्गिक वाटण्यासाठी जलोद्यान (वॉटर गार्डन) हा एक चांगला पर्याय आहे. निसर्गातला डोंगर जितका मनोहारी तितकेच पाणी. पाण्याला जीवन असे म्हटले आहे. छोटे तळे, वाहते पाणी, धबधबा असे पाण्याचे कुठलेही रूप बघितले की, मन आनंदित होते. आपल्याला नदी, तलावाच्या ठिकाणी राहणे सहज शक्य होत नाही. पण या तलावाची, छोट्या झऱ्याची, धबधब्याची प्रतिकृती आपल्या छोट्या बागेत जलोद्यानाने तयार करून निसर्गाचा अनुभव घेऊ शकतो. अगदी मोठे

जलोद्यान नाही जमले तरी छोटी टबातली बाग करायला आपल्याला सहज जमेल.

जलोद्याने साधारण दोन प्रकारची असतात – प्रवाही वाहते पाणी असणारी व स्थिर पाणी असणारी. पुण्याची ओशो गार्डन ही प्रवाही जलोद्यान या प्रकारात मोडेल, तसेच स्थिर पाणी असलेले जलोद्यान शेगावच्या आनंदसागर येथे पाहायला मिळेल. ही सर्व सार्वजनिक उद्याने असून फार मोठ्या प्रमाणावर ती बनवलेली आहेत. मोगल बगिचे म्हणजे काश्मीरमधील 'चष्मेशाही', 'निशांत', 'शालिमार' या बागांमध्ये नैसर्गिक प्रवाहाचा उपयोग अतिशय सुंदररीत्या करून घेतलेला आहे.

यांचे छोटे रूप आपण आपल्या बागेत कमीत कमी जागेत बनवू शकतो. अगदी गच्चीवरसुद्धा जलोद्यान करू शकतो. त्याच्याहून लहान म्हणजे घराच्या बैठकीतसुद्धा तबकातील जलोद्यान बनवू शकतो. जलोद्याने कशा प्रकारे, किती प्रकारे बनविली जातात हे आपण पाहणार आहोत.

प्रकार पहिला – काही वेळा बागेतच एखादा नैसर्गिक खड्डा असेल, जिथले पाणी उन्हाळ्यात आटत नसेल तसेच पावसाळ्यात वाहून बागेत पसरत नसेल, असा खड्डा जलोद्यान करण्यासाठी अतिशय उपयुक्त आहे. त्यासाठी वेगळे काही करण्याची गरज नाही. ज्याला सतत ओल लागते, अशा वनस्पती आपण त्याच्या काठांवर लावू शकतो. किनाऱ्याला आधी कमी उंचीच्या व नंतर क्रमाने उंची वाढत जाणाऱ्या वनस्पती लावाव्या. सुरुवातीला जास्त ओलाव्यात वाढणारे नेचे (फर्न), ब्राह्मी व नंतर बांबू ग्रास (हेपण अनेक प्रकारच्या उंचीचे मिळते). जास्त उंचीची झाडे किनाऱ्यालगतच लावली तर आतील झाडांवर सावली पडते. त्यामुळे पुष्करिणीमधील झाडे चांगली येणार नाहीत. क्रमाने उंची वाढवत गेल्यास पुष्करिणी उठून दिसते. दिसायलाही हे दृश्य छान दिसते. असा नैसर्गिक खड्डा चुकूनच एखाद्या बागेत असतो. तसा नसेल तरी आपल्याला कृत्रिम प्रकारे जलोद्यान तयार करता येते. पुष्करिणी दोन प्रकारच्या असतात. ज्याचे पाणी स्थिर आहे अशी व ज्याचे पाणी वाहते आहे अशी. इलेक्ट्रिक मोटरच्या साहाय्याने आपल्याला वाहत्या पाण्याची पुष्करिणी बनवता येते.

पुष्करिणी साधारण आपल्याला तीन प्रकारे तयार करता येतात.

१) फायबर ग्लास किंवा प्लॅस्टिकची पुष्करिणी – अनेक प्रकारच्या, विविध आकाराच्या पुष्करिणी आपल्याला बाजारात मिळतात. ऑर्डरप्रमाणे तयार करूनही मिळतात. फक्त त्या मापाचा खड्डा खणून आत ती बसवून टाकायची. एक लक्षात ठेवायला हवे की, मोठ्या झाडाखाली जलोद्यान करू नये. झाडाची पाने पाण्यात पडून पाणी खराब होते. तसेच सावलीमुळे पुष्करिणीमधील पाण्यात लावलेली झाडे चांगली येत नाहीत. कमळांना फुले येण्यासाठी उन्हाची गरज असते.

२) पॉलिथीन किंवा प्लॅस्टिकचे अस्तर टाकून पुष्करिणी बनवणे – हा अतिशय चांगला प्रकार आहे. अशी पुष्करिणी आपण गच्चीवरही बनवू शकतो. वा कुठल्याही आकारात, प्रकारात करू शकतो. हे आच्छादन पीव्हीसीचेपण मिळू शकते. कुठलीही पुष्करिणी हे २ मीटरपेक्षा लांबीला कमी असू नये. लहान पुष्करिणी तितकीशी उठून दिसत नाही. एखाद्या वेळी पॉलिथिन शीट फाटण्याचा धोका असतो. म्हणून पॉलिथीन शीट डबल करून घ्यावे. हल्ली मत्स्यशेतीसाठी जाड पॉलिथीन मिळते. ते या जलोद्यानासाठी वापरावे. या प्रकारात खूप वेगवेगळ्या आकाराच्या पुष्करिणी बनवता येतील. चौकोनी पुष्करिणी सगळ्यात चांगली. पाणी भरण्यासाठी तळाला एक छिद्र ठेवावे व वरून ५ इंच उंचीवर पाणी वाहून जाण्यासाठी बाहेर एक नळी ठेवावी. पाणी स्थिर राहिले तर झाडे कुजून जातील, त्यासाठी ही व्यवस्था करावी.

आच्छादन टाकण्याची कृती

३) कायमस्वरूपी काँक्रीटचे वीट-काम करून – कायमस्वरूपी बांधकाम करूनही पुष्करिणी तयार करू शकतो. बांधकाम करताना चिकनमेश टाकून काँक्रीट

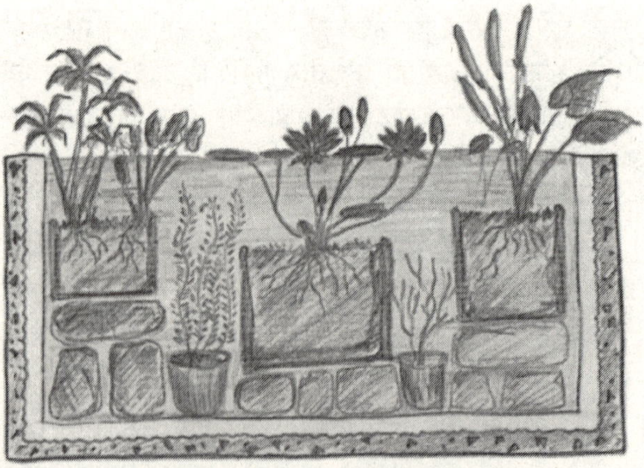

टब गार्डनमध्ये झाडे लावण्याची पद्धत

करावे. त्याला दुहेरी काठ असावा. म्हणजे त्यात माती टाकून आपल्याला छोट्या वनस्पती कडेने लावता येतील. मातीचा उतार बाहेरील बाजूस करावा. सतत ओलावा लागणाऱ्या वनस्पती ओलाव्यात वाढवाव्यात. जिथे आपण मोठी पुष्करिणी जागेअभावी वापरू शकत नाही, तिथे छोट्या पुष्करिणी, एक किंवा अनेक पुष्करिणी करू शकतो. सिमेंट, प्लॅस्टिक, माती तसेच फायबरच्या लहान-मोठ्या भांड्यांमध्येसुद्धा जलोद्यान करू शकतो. याची उंची ३० ते ३५ सें.मी. असली तरी चालते. जमिनीवर किंवा खड्डे करून आत ठेवू शकतो. जमिनीलगत काठाने झाडे लावावीत.

झाडे लावण्याचा हंगाम – पाण्यातील झाडे जून-जुलैमध्ये लावावीत. हा योग्य काळ आहे. काही झाडे वर्षभर केव्हाही लावली तरी चालतात.

काळजी कशी घ्याल – वर्षातून एकदा माती काढून पुन्हा भरावी (रिपॉटिंग करावे.) सर्व झाडे काढून, पुन्हा स्वच्छ करून, मुळे कमी करून लावावीत. डास जास्त होत असतील तर गप्पी मासे सोडावे. गोल्डफिशही चालतील. हे डासांची अंडी खाऊन टाकतात. त्यामुळे डासांचा प्रादुर्भाव होत नाही. पॉटमधील शेवाळ काढण्यासाठी पोटॅशियम परमॅग्नेट अर्धा ग्रॅम १००० लीटर पाण्यामध्ये किंवा ब्लू व्हिट्रिऑल (blue Vitriol) २ ग्रॅम १००० लीटर पाण्यात टाकावे. ही औषधे माणसांना तसेच माश्यांनाही धोकादायक नाहीत. पहिल्या वेळेला जर उपयोग झाला नाही तर हा डोस १० दिवसांनी परत द्यावा.

किडी आणि रोग – ॲफीड्स (Aphids) हा रोग पाण्यातील झाडांना होतो किंवा मुळे कुजण्याचा रोग होतो. पानांवर नळीने पाणी फवारावे. ही कीड खाली पडून गेल्यावर मासे खातात.

तसेच मुळांना 'शायनी ग्रब' या किडीचा प्रादुर्भाव होतो. अशा वेळी मुळाचा भाग काढून नष्ट करावा. गोगलगायी रात्री पकडून नष्ट कराव्यात.

वॉटर गार्डनसाठी लागणाऱ्या वनस्पती – बऱ्याच वनस्पती पाण्यात वाढतात. मनीप्लँट, वेगवेगळ्या प्रकारची कमळे, चायना बांबू, शिंगाड्याचे वेल, पानकमळे, कमळासारखी बारीक पाने असणारी बारीक फुले. या वनस्पती वॉटर

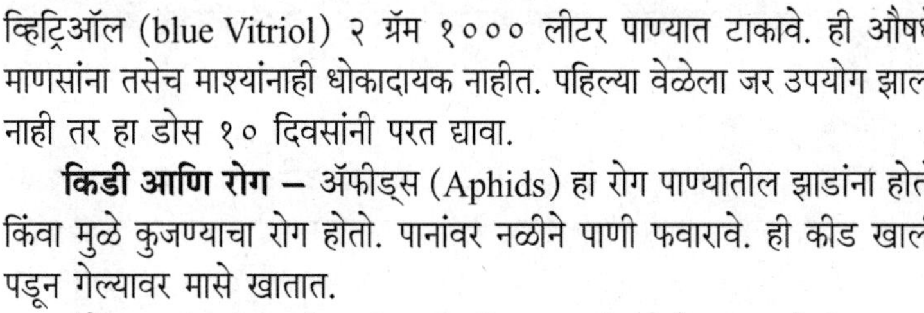

टब गार्डनसाठी लागणारे साहित्य

रिकाम्या पाण्याच्या बाटल्या वापरून तयार केलेली फ्लोटिंग गार्डन

गार्डनमध्ये छान दिसतात.

किनाऱ्याला लावण्यासाठी वेगवेगळ्या जातीची अनेक फर्न, अनेक प्रकारचे बांबू, ब्राह्मी, अम्ब्रेला पाम, लव्हाळा, लहान मोठ्या पामचे प्रकार लावू शकतो.

अशा प्रकारे आपली वॉटर गार्डन सजवून निसर्गाच्या सान्निध्याचा लाभ घेण्याचा प्रयत्न आपण करू शकतो.

■

उघड्यावरील पाण्याची होते वाफ,
जमिनीत जिरलेले पाणी असते सुरक्षित आणि साफ.

परसबाग (किचन गार्डन)

परसबाग

हा बागेचा विभाग सर्वांना परिचित व पूर्वापार चालत आलेला असा आहे. अगदी खेड्यापाड्यातसुद्धा हा भाग परसबाग किंवा परडे म्हणून ओळखला जातो. परसदार म्हणजे घराची मागची बाजू. आजही बहुतेक ठिकाणी घराच्या पाठीमागची जागा भाजीपाल्यासाठी निवडली जाते. गच्चीवरसुद्धा परसबाग केली जाते. तिथे थोड्याशा श्रमाने अनेक फायदे मिळणारा भाजीपाला आपण घरच्या घरी पिकवू शकतो. परसबागेसाठी खास जागा नसेल तर कुंडीतही लिंबू, आले, गवती चहा,

अळू, कढीपत्ता, पुदिना ही रोजच्या उपयोगाची झाडे लावता येतात. अशा प्रकारे कमी श्रमात भरपूर लाभदायक गोष्टी मिळू शकतात. एकदा कढीपत्ता, गवती चहा, पुदीना लावले की, ताजा कढीपत्ता, पुदिना, गवती चहा कायमस्वरूपी वापरायला मिळतात.

व्यवस्थित आखणी केली तर १० बाय १० फुटांच्या गच्चीवर किंवा जमिनीवर छोट्या कुटुंबाला पुरेल एवढा भाजीपाला आपण पिकवू शकतो.

घराच्या भोवताली किंवा मागच्या बाजूस जागा जास्त असल्यास आणि त्याची जर आपण देखभाल करू शकत नसल्यास, अशा ठिकाणी थोडेसे बी शिंपडून पालेभाजी मिळवू शकतो. सहज येणारी मोहरी, पोकळा, मेथी, लालभाजी, राजगीरा यांचे बी सहज शिंपडण्याने या भाज्या येऊ शकतात.

मागच्या प्रकरणात गच्चीवरील बाग कशी करायची ते पाहिले. त्या पद्धतीने वाफे तयार करून त्यामध्ये विविध प्रकारच्या, विविध मोसमामध्ये येणाऱ्या फळभाज्या, पालेभाज्या, पपई लावू शकतो. जमिनीवरच्या बागेत सूर्यप्रकाश व ऊन कमी असते. शिवाय हा भाजीपाला चोरीला जाण्याची शक्यता असते. गच्चीवर लावलेला भाजीपाला त्या मानाने जास्त सुरक्षित व सोईचा असतो. अशा सर्वच भाज्या थोड्याशा प्रयत्नांनी आपण पिकवू शकतो. खालील भाज्या अगदी सहजपणे लावता येतील. घरातला ओला कचरा जिरवूनही किचन गार्डन तयार करता येते. ही पद्धत 'गांडूळखत' प्रकरणात दिली आहे.

कोथिंबीर – ही अगदी नेहमी लागणारी. तिला उगवायला थोडा वेळ लागतो. धणे थोडेसे अलगद रगडून पेरले तर १०-१२ दिवसांनी छान उगवतात. कोथिंबीर एका वेळेला जास्त आली तर वाळवून केव्हाही वापरता येते. उगवल्यावर ही छान दिसते आणि वापरायला घरची ताजी कोथिंबीर रोज मिळते.

अळू – घराच्या मागच्या बाजूस सावली असते. सावलीत कुठलाच भाजीपाला येत नाही, अशा ठिकाणी अळू लावावे. खाण्याचे अळू दोन प्रकारचे असते. देशी व चिनी. चिनी अळूचे पान जाड आणि चवीला छान असते. अळूच्या गड्ड्यांचीपण भाजी करतात.

मुळा – लहान मोठ्या परसबागेमध्ये सहज येणारी ही भाजी आहे. तसेच ताज्या मुळ्याची चव काही वेगळीच असते हे सांगायलाच नको. मुळ्याच्या पानांचीपण भाजी करता येते. मुळे काढून थोडासा देठाकडचा म्हणजेच पानांकडचा थोडा मुळा अर्धा ते एक इंच शिल्लक ठेवून परत हा देठ लावल्यास थोड्याच दिवसात नवीन रोपाच्या स्वरूपात आपल्याला परत एक नवीन भाजी मिळेल. याला शेंगा लागतात. त्याची भाजी केली जाते. बिसलेरीच्या रिकाम्या बाटलीच्या तळाला छिद्र पाडून मुळ्याचे बी लावले तरी चालते. थोड्याशा कष्टात भाजी

छान मिळते.

पपई – लाकडी खोक्यात किंवा प्लॅस्टिकच्या कापलेल्या अर्ध्या पिंपात पपई लावून गच्ची किंवा बाल्कनीत ठेवू शकतो. पपई लवकर येणारे फळ आहे. याची मुळेही फार कडक नसतात. कच्ची पपई भाजीला उपयोगी पडते. लवकर हाताशी येणारे हे फळ आहे.

पुदिना – ही तुळशीच्या जातीची वनस्पती आहे. पुदिना कोणत्याही हवामानात येतो. बाजारातून आणलेल्या पुदिनापेंडीतून जाड, ताज्या कांड्या लावल्या तरी त्या जगतात. पुदिना ही वनस्पती बहुवर्षीय झुडूप आहे. जमिनीलगत फांद्या पसरून त्याला मुळे फुटतात. त्याचाही लागवडीसाठी उपयोग करता येतो. पाणथळ जागा त्याला चांगली मानवते. यात चार प्रकारच्या महत्त्वाच्या प्रजाती आहेत.

१) जपानी मिंट २) पेपर मिंट ३) ऑरेंज मिंट ४) स्पिअर मिंट

सुगंधी द्रव्ये, दंतमंजन, पेनबाम, इत्यादींसाठी याचा वापर केला जातो. पाने तिखट गुणाची असून ती कफ व वात शामक आहेत. पुदिना उष्ण गुणधर्मी आहे. त्याची चटणी पाचक म्हणून वापरली जाते.

राई / तीळ – मोहरी आणि तीळ ही दोन्ही गळित धान्ये परसबागेत अगदी सहजपणे उगवतात. हे रब्बीचे पीक आहे. कुंडीत, खोक्यात तिळाचे व मोहरीचे दाणे पेरावेत. साधारणपणे दोन-तीन महिन्यांत फुले व शेंगा येतात. झाडावरच शेंगा जून झाल्यानंतर पूर्ण झाड काढून घ्यावे. थोडा जरी उशीर झाला तरी शेंगा फुटून बी वाया जाते. तीळ व मोहरी यांचे तेल औषधासाठी व रोजच्या आहारातले खाद्यपदार्थ बनवण्यासाठी वापरले जाते.

तीळ – तिळात काळे व पांढरे असे दोन प्रकार असतात. तिळाच्या तेलाच्या काजळीपासून उत्तम शाई तयार केली जाते.

मोहरी – समशीतोष्ण कटिबंधाच्या हवामानात हे पीक चांगले येते. मोहरीसाठी हलकी ते मध्यम प्रतीची जमीन निवडावी. जास्त पाणी या पिकास मानवत नाही.

कढीपत्ता – ही झुडूपवर्गीय वनस्पती आहे. परसबागेतील बहुउपयोगी अशी ही वनस्पती प्रत्येकाच्या बागेत असावीच. ही साध्या बागेच्या मातीत किंवा खडकाळ जमिनीवरही चांगली वाढते. झाड मोठे झाल्यानंतर बारीक फुले व फळे लागतात. फळे पक्व झाल्यानंतर त्यांची लागवड करता येते.

हळद – औषधी वनस्पती म्हणून हळदीचे अनेक उपयोग सर्वांना परिचित आहेत. हळदीच्या पिकाला उष्ण व कोरडे हवामान मानवते. पाऊस ७० ते २५० सें.मी.पर्यंत चालतो. चांगली निचरा होणारी जमीन लागते. गोल गड्डे बियाणे हळदीसाठी लागते. लहान कुदळीने साधारण ८ ते १० सेंटीमीटर खोलवर गड्डे लावावेत. दोन रोपांमध्ये ३० सें.मी. अंतर ठेवावे. लागवडीपासून ८ ते १०

महिन्यांत पीक तयार होते. हळकुंड दोन ते तीन तास शिजवून, मग त्याची हळद तयार होते. हळद सांगली, सातारा, कोल्हापूर या भागात होते. परसबाग कुंडीमध्येही हळद लावली जाते. ओल्या हळदीचे लोणचे केले जाते. पानगे करण्यासाठी त्याची पाने वापरतात. शाकाहारी व मांसाहारी या दोन्ही प्रकारच्या स्वयंपाकात त्याचा उपयोग होतो.

उपयोग – हळद रोगनाशक, कृमिनाशक, वेदनाशामक, संधीशूळ, सर्दी, खोकला, कावीळ, खुपऱ्या, मुतखडा इत्यादी अनेक रोगांवर उपयोगी पडते. हळद म्हणजे एक वरदान आहे.

आले – ही कंदवर्गीय सुगंधी वनस्पती आहे. आल्यावर प्रक्रिया करून ती वाळविल्यानंतर मग सुंठ तयार होते. आले हे पीक दुय्यम म्हणून केळी, तूर इत्यादी पिकात घेता येते. यासाठी सामान्य प्रतीची जमीन चालते. डोळे असलेले आल्याचे तुकडे घेऊन ते साधारणपणे १५ ते २० जूनच्या सुमारास लावावेत. सात ते आठ महिन्यांनंतर पाने पिवळ्या रंगाची झाल्यानंतर कंद तयार झाला असे समजावे. कुंडीतही आपण आल्याची लागवड करू शकतो.

लसूण – लसूण गुणकारी व औषधी आहे. परसबागेत आपल्याला लावता येतो. कधीकधी घरातील लसणाला कोंब आलेले दिसतात. त्याचे जमिनीत किंवा कुंडीत रोपण करावे. याची कांद्याच्या पातीसारखी बारीक पात येते. भाजीत, आमटीत तिच्या ओल्या पातीचा उपयोग करता येतो. लसूण खोकला, सर्दी, कोलेस्ट्रॉल कमी करतो. दररोज २ ते ३ पाकळ्या लसणाचे सेवन केल्यास रक्त पातळ राहण्यास मदत होते.

या सर्व वनस्पती खोक्यात लावल्या तरी चालतात.

याप्रमाणे पालक, मेथी, पोकळा, भेंडी, गवार, टोमॅटो अशी कुठलीही भाजी

पालेभाजी

कोबी

आपण परसबागेमध्ये लावू शकतो. हल्ली बीजभांडारामध्ये संकरित बियाणे भरपूर प्रकारचे मिळते. ते कमी वेळात भरपूर पीक देणारे असते. पुसा जातीची भेंडी व गवार ही त्याची उत्तम उदाहरणे आहेत. अगदी कुंड्यांमध्येसुद्धा आपण भाजीपाल्याची लागवड उत्तमरीत्या करू शकतो.

हल्ली भरपूर कीटकनाशके, रासायनिक खते वापरून भाजीपाला दूषित झालेला असतो. घरच्या घरी आपण कीटकनाशकांऐवजी गोमूत्र शिंपडून भाजीपाला किडीपासून वाचवू शकतो. यामध्ये आपल्या रिकाम्या वेळेचा सदुपयोग तर होईलच, पण एकदा हा छंद जोपासला की, तब्येतही छान राहील व मनही!

सगळ्या भाज्या सगळ्या मोसमात येत नाहीत. त्यांची पेरणी करायचे वेगवेगळे हंगाम असतात. परसबागेमध्ये येणाऱ्या काही भाज्यांच्या जाती आणि पेरायच्या वेळा आपण पाहू.

भाजीचे नाव	**प्रजातीचे नाव**	**बी पेरणीचा काळ**
दुधी भोपळा	पुसा नवीन, पुसा समर, प्रोलीफिक लाँग	फेब्रुवारी, जून
कारली	पुसा, दोनमासे, अर्काहरित	फेब्रुवारी, जून
दोडका	पुसा चिकनी, पुसा नसदार	फेब्रुवारी, जून
मिरची	पुसा ज्वाला, पुसा सदाबहार	मार्चपासून ऑक्टोबरपर्यंत
वांगी	पंत, सम्राट, पुसा क्वीन, बाग, आझाद, क्रांती	मार्च किंवा जुलै मध्ये लावणे
गवारी	पुसा, सदाबहार, गावराणी	मार्च, जून
भेंडी	पुसा, सावनी, परभणी, क्रांती, पंजाब ७	फेब्रुवारी, मार्च
फूल कोबी पुसा स्नो बॉल	पुसा दिवाळी, पुसा सिंथेटीक, पुसा शुभ्र,	जूनपासून (फ्लॉवर) ऑक्टोबरपर्यंत
पत्ता कोबी (पानकोबी)	प्राइड ऑफ इंडिया, पुसा, मुक्ता	सप्टेंबर, नोव्हेंबर

मुळा	जपानी सपेद, पुसा चेतकी, पुसा रेशमी, पुसा हिमानी	ऑगस्टपासून ऑक्टोबरपर्यंत
टोमॅटो	पुसा रुबी, पुसा गौरव, पुसा शीतल, पंजाब केशरी	सप्टेंबर ते डिसेंबर

■

टोमॅटो

अळू

अश्म उद्यान (रॉक गार्डन)

दगडांची एक सुंदर रचना

निसर्गाशी मानवाचं नातं अतूट आहे. कुठल्या ना कुठल्या स्वरूपातून मानव निसर्गाशी जवळीक साधण्याच्या प्रयत्नात असतो म्हणूनच आपण घराभोवती झाडे लावतो, बाग-बगिचा करतो.

घराभोवती झाडे लावण्याची पद्धत ऋषी-मुनींच्या काळापासून चालत आलेली आहे. ते आपल्या गरजेच्या औषधी वनस्पती आश्रमाच्या आवतीभोवती लावत असत. तसेच मोगल काळात सुंदर उद्याने तयार केली जात. मोगल बागा या जास्त करून आखीव-रेखीव असत. बऱ्याच काळापर्यंत म्हणजे जवळजवळ आतापर्यंत बागकाम याच पद्धतीने केले जाते. हिरवळ, झाडे, काठ, फुलझाडे, फुलांचे वाफे, भौमितिक पद्धतीने लावली जातात. वर्तुळाकार कारंजे असे त्याचे स्वरूप असायचे. पण आजकालच्या बागेचे स्वरूप जास्तीत जास्त नैसर्गिक होत चालले आहे. आजकाल नैसर्गिक मांडणीवर जास्त भर दिला जातो. दगडांची बाग हा एक असाच

आकर्षक रॉक गार्डन

सुंदर प्रकार आहे. छोट्या बागेमध्ये दगडांच्या साहाय्याने डोंगराचा आभास निर्माण केला जातो. त्यालाच 'रॉक गार्डन' म्हणतात.

छोट्याशा जागेचा चांगला उपयोग करून आपण सुंदर रॉकरी बनवू शकतो. बागेत एखादा कोपरा जर दुर्लक्षित असेल तर त्या ठिकाणी रॉकरी करून बागेचा भाग आकर्षक बनवू शकतो.

रॉकरी करण्याआधी आपण एखादी सुंदर रॉक गार्डन बघून यावे किंवा जिथे जिथे आपण पिकनिकला किंवा बागेला भेट देतो, त्या वेळी तेथील रेखाचित्र काढावे. झाडांचे निरीक्षण करावे. झाडे कोणती व कशी लावली आहेत, ती पाहावी. रॉकरीची मांडणी जास्तीत जास्त नैसर्गिक कशी होईल ते पाहावे. पुस्तकातील किंवा पोस्टरमधील चित्रांचा उपयोग करावा. तुम्ही स्वत: कलाकार असाल, तर फारच चांगले.

योग्य जागी योग्य दगडांचा वापर करावा. दगडांची मांडणी अगदी नैसर्गिक वाटली पाहिजे. साधारण रॉकरीमध्ये दोन प्रकारचे दगड वापरले जातात. एक

दगड लावण्यापूर्वी

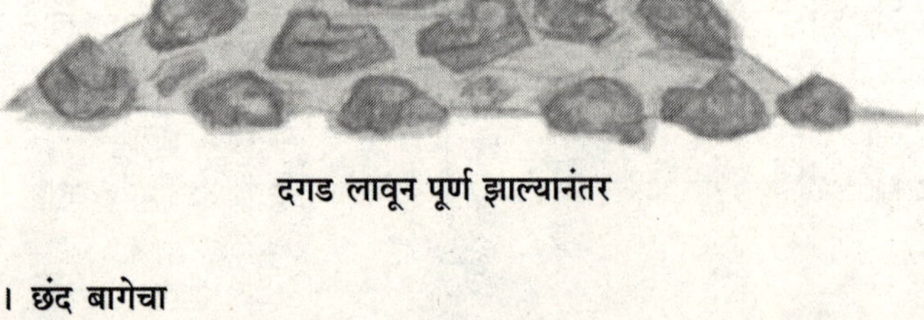

दगड लावून पूर्ण झाल्यानंतर

वालुकामय (सँड स्टोन) व दुसरा चुन्याचा (लाइम स्टोन). कधीकधी शोभेसाठी कृत्रिम फायबरचे दगडपण वापरले जातात. वापरलेले दगड सच्छिद्र असले पाहिजेत, जेणेकरून मुळे दगडामध्ये घुसून झाडे चांगली वाढावीत. साधारण ओलावा पकडून ठेवणारे दगड असावेत. नदीतले गोटे जास्त तापतात. त्यामुळे त्यांचा फक्त शोभेसाठी उपयोग होऊ शकतो. एखादा लांबट दगड असेल तर तो १/३ इतका जमिनीत गाडावा. त्यामुळे त्याला जमिनीतून ओलावा मिळेल व तो जास्त तापणार नाही. त्यास आधारही चांगला मिळेल. दगड साधारण पाठीमागे लावावेत. एका छोट्याशा हिरवळीच्या तुकड्यामध्ये एकापेक्षा अधिक रॉकरी असू नयेत. चुन्याचा दगड दिसायला चांगला दिसतो. सच्छिद्र असल्यामुळे त्यात माती भरपूर बसू शकते. या दगडांना आवश्यकतेनुसार आकारही देता येतो. ज्यांना चुन्याचा दगड उपलब्ध नसेल त्यांनी वाळूचा दगड वापरावा.

आधी कुठल्या प्रकारचे दगड वापरणार आहात हे ठरवून दगड जमवून रॉकरी करण्यास सुरुवात करावी. काही जण असे समजतात की, जेवढे ओबडधोबड दगड ठेवू तेवढी रॉकरी चांगली दिसते. पण हा समज चुकीचा आहे. तुम्ही त्यांची कलात्मक रितीने मांडणी केली, तर ती रॉकरी तुम्हाला जास्त चांगली वाटेल. एका रॉकरीमध्ये साधारणपणे एकाच प्रकारचे दगड लावावेत. अशी मांडणी वाटायला हवी की, लावलेला दगड निसर्गतः इथलाच आहे. तो आणून ठेवला आहे, असे

घरासमोरील बागेतील रॉक गार्डन

वाटायला नको, यासाठी जपानी बागांची चित्रे पाहावीत.

कधीकधी हिरव्यागार झाडाखाली किंवा जुन्या सुकलेल्या झाडाला केंद्रबिंदू मानून आपण रॉकरी करू शकतो. सुकलेल्या झाडावर बोगनवेल किंवा कुठलाही वेल सोडला तरी ते छान दिसते. तसेच सुकलेले झाड न काढता ते रंगवून तसेच ठेवले तरी छान दिसते.

रॉकरी तयार करण्यासाठी जिथे पाण्याचा निचरा चांगला होत असेल, अशी जागा निवडावी. उताराखालची पाणी साठणारी जागा नसावी. एक-एक दगड रचून त्याच्यावर माती टाकत-टाकत डोंगराचा आकार द्यावा. दोन दगडांमध्ये झाडे लावण्यासाठी जागा / खाच ठेवावी. रचून झाल्याबरोबर लगेच झाडे कधीही लावू नयेत. साधारण एक महिनाभरतरी माती टाकून पाणी टाकत राहावे. जेणेकरून आत पोकळी राहणार नाही. पोकळी राहिली तर झाड जगणार नाही.

जल रॉकरी उद्यान – अशी रॉक गार्डन की, जिच्यामधून पाण्याचा प्रवाह जातो अथवा धबधब्याच्या दोन्ही बाजूंनी केलेली रॉक गार्डन, ही जास्त नैसर्गिक व छान वाटते. डोंगर व पाणी यांचे नाते अतूट आहे. कुंपणासाठी दगड वापरूनही रॉकरी केली जाते. कंपाउंडसाठी दगडांमध्ये लावलेली झाडे झुकत्या प्रकारे लावावीत. जास्त नैसर्गिक व सुंदर वाटतील.

रॉकरीसाठी झाडांची निवड – रॉकरी उन्हाच्या ठिकाणी असेल, तर उन्हात

एक सुंदर रॉक गार्डन

वाढणारी झाडे लावावीत. जर रॉकरी सावलीच्या ठिकाणी असेल तर सावलीतील झाडे लावावीत. युफोर्बिया, युका, एडानियम, जट्रोफा, जेड ही सक्युलंट रॉकरीसाठी चांगली तर व्हर्बीना, ज्युनिपरस ही हँगिंगसाठी चांगली. तसेच छोट्या झाडांमध्ये कुफीया, पोर्टुलिका इत्यादी लावावेत. सावलीच्या ठिकाणी रॉकरी असेल तर मेडन हेअर (फर्न), बिगोनिया, ऑर्किड्स, अॅन्थुरियम, छोटा एक्झोरा, अॅग्लोनिमा इत्यादी सावलीत वाढणारी झाडे लावावीत. रॉकरी अगदी पूर्णपणे झाडांनी भरू नये. दगडामध्ये पाण्याचा निचरा पटकन होतो. त्यामुळे उन्हाळ्यात दोन वेळा पाणी द्यावे लागते. तसेच उन्हाळ्यात रॉकरीवर बुंध्यासाठी शेवाळ (मॉस) पसरून ठेवावे. झाडांना ओलावा मिळेल.

रॉकरीसाठी ओलावा पकडून ठेवणारी माती असावी. दोन पाट्या माती, अर्धी पाटी शेणखत, अर्धी पाटी विटांचा चुरा व थोडे बोनमिल टाकले तरी चालते. त्यामुळे इतर रासायनिक खते देण्याची आवश्यकता पडणार नाही. माती करताना एक गोष्ट लक्षात ठेवली पाहिजे, जिथले वातावरण कोरडे आहे तिथे पाणी पटकन वाळून जाते. अशा वातावरणात रॉकरी करताना मातीत वाळू अजिबात वापरू नये. ज्या वातावरणात ओलावा जास्त आहे, अशा ठिकाणी मातीत वाळूचा वापर करावा.

इतर काळजी – पाणी देताना उन्हाळ्यात दोन वेळा पाणी द्यावे. हिवाळ्यात एक दिवसाआड दिले तरी चालेल. वाढलेले तण वेळच्या वेळी काढून टाकावेत. कीटकनाशके रोगर व न्यूऑन आलटून पालटून एक महिन्याच्या अंतराने मारावीत.

एवढ्या माहितीच्या आधारे आपण आपली रॉक गार्डन सुंदर बनवू शकाल.

■

घरात करू नका कचऱ्याची साठवण,
नाहीतर करावी लागेल डॉक्टरची आठवण.

बागेचे अलंकार (ॲक्सेसरीज)

बाग तर नुसत्या निरोगी झाडांनी, फळाफुलांनी, वेली-झुडपांनी छान दिसतेच, पण आणखी काही सुंदर वस्तूंनी तिचे सुशोभिकरण केल्यास तिच्या सौंदर्यात भर पडते. नववधू कशी छान दिसतेच, पण दागदागिने, कपडे, मेकअप या साजशृंगारामध्ये तिचे रूप आणखीनच खुलते. बागेमध्ये आपण वेगवेगळ्या वस्तू ठेवून बागेचे सौंदर्य वाढवू शकतो.

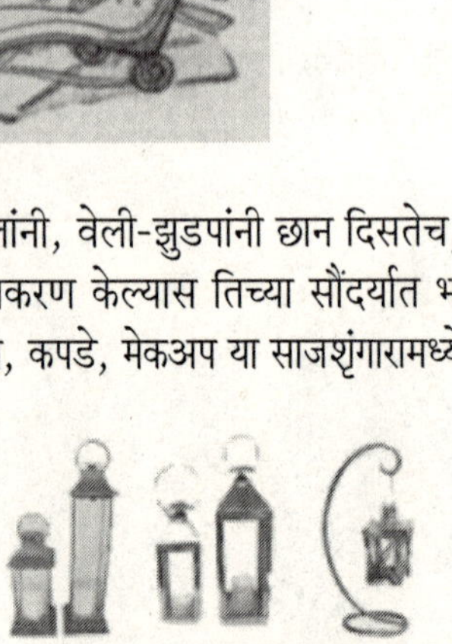

बागेतील शोभिवंत दिवे

लॅम्पशेड – बाजारात बागेसाठी म्हणून इतक्या प्रकारच्या लॅम्पशेड मिळतात की, अगदी बघतच राहावे. लावलेली झाडे विशेष प्रकाशयोजना करून आपण उठावदार करू शकतो. शिवाय वेगवेगळ्या लॅम्पशेडमुळे बागेच्या शोभेत वेगळीच भर पडते.

आकर्षक कुंड्या

पुतळे (स्टॅच्यू) – वेगवेगळे कलात्मक पुतळे ठेवूनही बागेच्या सौंदर्यात भर घालता येते.

मातीच्या / चिनी मातीच्या टेराकोटाच्या कुंड्या – माती, टेराकोटा व सिमेंटचे इतक्या विविध प्रकारचे पॉट मिळतात. ते निवडून रचना करायला वेळ आणि पैसा हवा. आपण आपल्या आवडीप्रमाणे रंगवूनही कुंड्या करू शकतो.

वेगवेगळ्या आकाराचे प्राणी – टेराकोटा, बस्तर आर्ट वा फायबरचेही छान पक्षी-प्राणी मिळतात. अगदी खरे पक्षांसारखे त्यांचे आकार व रंग असतात.

मंदिरे – वेगवेगळ्या प्रकारची छोटी मंदिरे, स्तूप, तुळशी वृंदावने, पॅगोडा यांची एखादी प्रतिकृती फारच छान दिसते. रोज संध्याकाळी तुळशीसमोर दिवा लावला, तर वातावरण चैतन्यमय होऊन जाते. बागेत जिवंतपणा वाटतो. तो पवित्रतेचा आनंद अवर्णनीय असतो.

बाग सजविण्यासाठी वेताचेही बऱ्याच प्रकारचे साहित्य मिळते. बैलगाडी, लॅम्पशेड, सिरॅमिकच्या पुष्करिणी, टँक, धबधबे या सगळ्या वस्तू बागेच्या शोभेत भर घालतात. झाडाला अडकविलेले वेताचे झोपाळे आरामाबरोबर शोभाही वाढवतात. झोपाळ्यांचे अनेक प्रकार आपल्याला पाहायला मिळतात.

लहान मुलांसाठी लाकडी झोपाळे – हे लोखंडाचे, सुंदर नक्षीकामाचे मिळतात. लहान मुलांसाठी सी-सॉ, मेरी गो-राउंड, जंगल जिम अशी कितीतरी प्रकारची खेळायची साधने मिळतात. तीपण आपल्या घरासमोरील बागेत बसवू शकतो. ही प्लॅस्टिकचीपण असतात. खेळाबरोबर व्यायाम व मनोरंजन होते. थोडा वेळ हिरवळीवर ठेवून घडी घालून परत ठेवण्यासारखी किंवा कायमस्वरूपी ठेवली तरी चालतात.

पक्ष्यांसाठी घरटे

पक्ष्यांची घरटी – हल्ली झाडे कमी झाली नि पक्ष्यांचा निवारापण गेला. पक्षी कमी झाले. परवा मी एका कार्यक्रमात ऐकले की, बागेत मोठ्या झाडांत पक्ष्यांसाठी मडकी किंवा खोकी उंच जागी टांगून ठेवली असता, अनेक पक्षी त्यांचा

बागेतील आकर्षक सजावटीच्या वस्तू, पुतळे, लहान मुलांची खेळणी इत्यादी

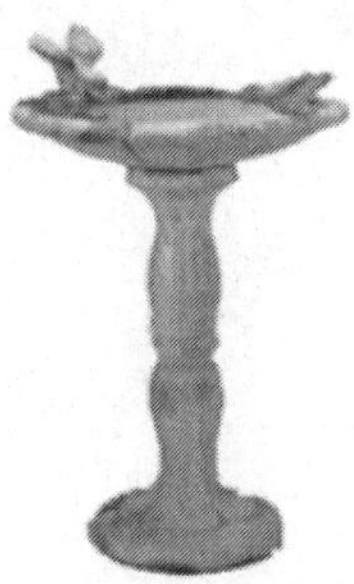

पक्ष्यांना पाणी पिण्यासाठी मातीचे आकर्षक पात्र

घरट्याप्रमाणे वापर करतात, अंडी घालतात. पर्यावरणाला हातभार लावण्याचा हा एक सुंदर मार्ग आहे. आकर्षक लाकडी खोक्यांना घरासारखा आकार देऊन उंच जागी ठेवावे. दिसायलाही छान दिसेल. मुलांना पक्षीनिरीक्षण करण्याचा छंद जडेल. मडकी, खोकी गवत घालून ठेवावीत. पक्ष्यांसाठी गच्चीवर पाणी ठेवावे. दाणे ठेवावेत. अनेक पक्षी नियमितपणे पाणी पिण्यासाठी येतात, हा माझा स्वत:चा अनुभव आहे. पाणी आकर्षक भांड्यात ठेवावे. त्याच्यासाठी सिमेंट, सिरॅमिक, प्लॅस्टिक, फायबरची भांडी मिळतात. त्यातले पाणी रोज बदलत राहावे. बागेत पाणी देताना त्यात पाणी घातले तरी चालते. त्यात एखादी पाणवनस्पती लावल्यास आणखीन छान दिसते.

कबुतरांसाठी झाडांवरची घरटी किंवा स्टँडही मिळतात. एकदा कबुतरांना सवय झाली तर ती राहण्यासाठीपण त्याचा उपयोग करतात. फक्त मांजरांपासून सांभाळावे लागते. हल्ली कुत्र्यांची घरेही कलात्मकरीत्या बांधली जातात. कुत्रा पाळण्याने बागेचे संरक्षण होते व त्याच्या छोट्या आकर्षक घरामुळे बागेची शोभा वाढते.

पक्ष्यांसाठी आकर्षक पिंजरे मिळतात, पण शक्यतो पक्ष्यांना पिंजऱ्यात ठेवू नये. त्यांना बंद करून निसर्गनियमाविरुद्ध वागू नये. त्यांचा मुक्त संचार बघणे हेच खूप आल्हाददायक व आनंददायी असते. त्यांच्या स्वातंत्र्यावर गदा आणू नये.

फायबरचे हरीण, बगळे, राजहंस हे प्राणी अगदी हुबेहूब मिळतात. मोठ्या गार्डनमध्ये ते छान दिसतात. त्यांचा वापर आवडीप्रमाणे करावा.

■

सिरॅमिकच्या आकर्षक कुंड्या

लावी वने उपवने, पुष्पवाटिका जीवने, निववी तापसियांची मने, तो सत्त्वगुण.

हंगामी फुलझाडे

बीपासून अंकुर, अंकुरापासून झाड, झाडापासून फुले, फुलांपासून फळे आणि फळांनी डवरलेल्या फांद्या बघून मन आनंदित होते. बागेचा छंद हा खूप मनोरंजक छंद आहे. आपण लावलेली झाडे फुला-फळांनी बहरलेली बघताना होणारा आनंद शब्दांच्या पलीकडचा आहे. सगळ्या उद्यानप्रेमी लोकांना आनंदाची अनुभूती मिळतेच.

आपण बागेत अनेक प्रकारची झाडे लावतो. काही कायमस्वरूपी असतात, तर काही थोड्या कालावधीपुरती. प्रत्येकाचे आयुर्मान वेगवेगळे असते. हंगामी फुलझाडांचे आयुष्य खूप कमी असते. पण कमी कालावधीत फार मोठे नेत्रसुख ही फुलझाडे देऊन जातात.

हंगामी फुलझाडांची फुले फार सुंदर असतात. फुलांच्या ताटव्यांशिवाय बागेला शोभा नाही. हंगामी फुलझाडे हिरवळीच्या काठाला, कधी हिरवळीतच झुपक्यांनी, तर कधी वेगळा असा स्वतंत्र वाफा करून, तर कधी शिंकाळ्यांमध्ये, कधी छोट्या-

मोठ्या कुंड्यांमध्ये, वेताच्या टोपल्यांमध्ये अशी लावली जातात. त्यांची जागा बदलली की, त्यांच्या सौंदर्याचे रूप बदलते. बहुतेक हंगामी फुलझाडांची लागवड बी पेरून केली जाते आणि कमी कालावधीत ती फुलतात. यामध्ये देशी-विदेशी अनेक प्रकारची फुलझाडे येतात. आपल्याला नेहमी परिचित असलेली बरीच झाडे हंगामी म्हणून ओळखली जातात. उदाहरणार्थ, झेंडू, तेरडा, चिनी गुलाब, कॉसमॉस, डेलिया, कॉक्स कोंब (कुरडू), अस्टर, सूर्यफूल, झिनिया, डेझी, गेलार्डीयम, व्हर्बीना इत्यादी. याच्या व्यतिरिक्तही अतिशय सुंदर अशा जाती आपल्याला पाहण्यास मिळतात.

फुलांच्या वाफ्याच्या अनेक रचना असतात. कधी चौरस, कधी आयताकार, तर कधी गोल याप्रमाणे स्वतःच्या आवडीनुसार अनेक स्वरूपात आपण ही हंगामी फुलझाडे लावू शकतो. फुलांच्या वाफ्याच्या किनारी विटा किंवा काँक्रीटने बंदिस्त कराव्यात. त्यामुळे पाणी घालण्यास बरे पडते. शिवाय दिसायलाही ते छान दिसते. तसेच खत-माती वाहून जात नाही. हंगामी फुलांचे आयुष्य एका मोसमापुरतेच असते. तेवढ्या काळात ते आपले सगळे सौंदर्य पणाला लावतात आणि खूश करून जातात.

मोठ्यात मोठी बागसुद्धा खूप कमी कालावधीमध्ये सुंदर रूप धारण करू शकते. लहान जागेपासून अगदी मोठ्या जागेपर्यंत खूप वेगवेगळ्या रचना करून आपण बागेला, घराला, बाल्कनीला, व्हरांड्याला सजवू शकतो. मोठ्या वाफ्यासाठी जागा मिळाली नाही, तर खिडकीत ठेवलेल्या छोट्या कुंड्या, वेताच्या टोपल्या, लाकडी खोकी, शिंकाळी, तर कधी जंगली झाडांच्या खाली अर्ध सावलीत कुठेही ती आपले सौंदर्य खुलवू शकतात. छोट्या-छोट्या अनेक कुंड्या तयार करून एक मोठी रचना तुम्ही करू शकता. त्याचे उत्तम उदाहरण म्हणजे बंगळुरूमधील लालबागेतला फुलांचा महोत्सव! या महोत्सवात डोळ्याचे पारणे फेडणाऱ्या हंगामी फुलांची सजावट असते. एक महिनाभर तरी ती छान टिकत असावीत.

मोसमी फुलांचे आयुष्य अगदी ४ ते ८ महिन्यांचे असते. त्याची उंची १५ सें.मी. पासून ते २ मीटरपर्यंत असते. बेडमध्ये फुलांच्या उंचीनुसार मांडणी करावी.

१) जास्त लांबीची फुलझाडे – साधारण दीड मीटरपेक्षा जास्त उंचीच्या फुलझाडांमध्ये हॉली हॉक, स्वीट पी, एकेरी डेलिया, लेडीज लेस येतात. ही झाडे उंच वाढत असल्यामुळे सर्वांत शेवटी लावावीत.

२) मध्यम लांबीची फुलझाडे – २ ते ३ फुटापर्यंत उंचीची फुलझाडे यांमध्ये मोडतात. यांमध्ये कॉर्नफ्लॉवर, एन्ट्राइनम, सालव्हीया, क्लारकीया, लार्कस्पर, झेंडू इ. येतात.

३) लहान-मध्यम उंचीची फुलझाडे - अर्ध्या मीटरपेक्षा कमी उंचीच्या या फुलझाडांमध्ये नॅस्टरशिअम, प्लॉक्स, व्हर्बीना, डायंथस इ. फुलझाडे येतात.

४) सर्वांत लहान उंचीची फुलझाडे - २० ते २५ सें.मी. वा कमी उंचीची. या हंगामी फुलझाडांमध्ये अजरेटम, केन्डीटम, पैखी, स्वीटइलाइस ही येतात.

बागेत दोन प्रकारची हंगामी फुले असतात. फुलझाडे बारा महिने राहतात. पण फुले हंगामातच येतात. जशी गुलाब, जाई, जुई, मोगरा, चमेली, कुंदा आणि दुसरी विशिष्ट ऋतूमध्ये लावली जातात. उदाहरणार्थ, झेंडू, तेरडा. यांनाच सीझनल किंवा हंगामी फुले म्हटले जाते.

पावसाळी हंगामातील फुलझाडे – ही पावसाळ्यात लावली जातात. तेरडा, सालव्हीया, झेनिया, कॉक्सकॉम्ब, झेंडू ही जून-जुलैमध्ये लावली जातात.

हिवाळी फुलझाडे – इतर ऋतूंपेक्षा हिवाळ्यात येणाऱ्या फुलझाडांची संख्या भरपूर आहे. हिवाळ्यात फुलांचा बहार जास्त राहतो. हिवाळी फुलझाडांमध्ये व्हर्बीना, फ्लॉक्स, पेट्युनीया, नस्टरशियम, लार्कस्पर, डायंथस, डेलिया, कार्नेशन, स्वीटपी, कॅलेन्डुला, इत्यादी प्रमुख फुले आहेत.

काही फुले अशी आहेत की, ज्यांना फुलण्यासाठी जास्त वेळ लागतो. उदाहारणार्थ, हॉलीहॉक, कार्नेशन, साल्व्हिया, लेट ॲस्टर, इत्यादी

उन्हाळी फुलझाडे – उन्हाळ्यात खूप कमी प्रकारची फुले फुलतात. पोर्तुलिका, सूर्यमुखी, गलाटा, पोचीया ही त्यातली प्रमुख फुले आहेत. पोचीया फक्त पानांच्या शोभेसाठी कुंडीत किंवा खाली लावले जाते. याला फुले येत नाहीत. पण झाडांचा आकार फारच सुंदर असतो. उन्हाळी फुलझाडांची लागवड वसंत ऋतूत करावी लागते. ती एप्रिलपासून जून-जुलैपर्यंत फुले देतात. उन्हाळ्यापेक्षा हिवाळ्यात निरोगी फुले भरपूर येतात.

आपल्याला फुलांची खूप आवड आहे, पण जागा नाही अशा लोकांनी गच्चीवर लाकडी, वेताच्या कुंड्या ठेवून हंगामी फुलझाडे लावावीत. एक चिनी म्हण आहे – 'जर आपल्याला चिरतरुण राहायचे असेल, तर फुलझाडे लावावीत आणि फुलांच्या सहवासात राहावे.'

रोपे कशी तयार कराल – एकतर आपण पुरेशी वाढ झालेली रोपे

नर्सरीतून आणू शकतो. दुसरे घरच्या बागेत कुंड्यात, खोक्यातही अशी रोपे तयार करू शकतो. गादी वाफ्यावर नदी काठाची पोयट्याची माती २ घमेली टाकावी. त्यानंतर उत्तम कुजलेले शेणखत चाळून घ्यावे. या खतात कडुलिंबाची पेंड २ किलो व डाय अमोनियम फॉस्फेट अर्धा किलो मिसळावे. हे मिश्रण एका वाफ्यावर टाकावे. ४ ते ५ सें.मी. खोलीपर्यंत मातीत हलवून मिसळून घ्यावे. प्रथम वाफ्याची जागा रोगमुक्त करून घ्यावी. रोपांना अनेक बुरशीयुक्त रोग येऊ शकतात. त्याकरिता कॉपर ऑक्सिक्लोराइड ५० टक्के (१०० लीटर पाण्यात २०० ग्रॅम) किंवा बॉबीर्स्टीन वगैरे फवारावीत.

जिथे आपण रोपे तयार करणार आहोत ती जागा अर्धछायेत असायला हवी. हंगामी फुलांचे बी अतिशय लहान असते. त्यासाठी ते काळजीपूर्वक हाताळावे लागते. जिथे बी पेरायचे आहे ती जागा चांगली उकरून घ्यावी. ती चांगली उन्हामध्ये वाळू द्यावी. त्यात चांगले कंपोस्ट खत मिसळून घ्यावे व गादी-वाफे तयार करून घ्यावेत. बी वाऱ्याने उडून जाऊ नये किंवा पाण्याने वाहून जाऊ नये म्हणून थोडी राख किंवा वाळूचं मिश्रण घालून बी पेरावे. अर्धा सें.मी. मातीचा थर घालून बी झाकून टाकावे. मातीचा थर पातळ असावा. नंतर हलके पाणी देऊन प्लॅस्टिकची चादर टाकून झाकून घ्यावे. चादर पारदर्शक असावी. त्यामुळे मातीत आर्द्रता राहील. ३-४ दिवसांनी बिया उगवून येतील. प्रत्येक झाडाचा उगवून येण्याचा कालावधी वेगवेगळा असतो. ३ ते ४ दिवसांनी बी उगवून आल्यावर पुन्हा पाण्याचा हलका शिडकावा करावा. जेव्हा रोपे ८ ते १० सें.मी. होतील तेव्हा आपल्याला जिथे रोपे लावायची असतील, तिथे योग्य अंतर ठेवून रोपांची पुनर्लागवड करावी. रोपे सुटी करून लावावीत. तसेच ती संध्याकाळी लावावीत किंवा काढावीत. रोपे लावल्यानंतर भरपूर पाणी द्यावे, पण वाफा सतत ओलाही ठेवू नये. पाणी सुकल्यानंतरच दुसरे पाणी द्यावे. त्यामुळे नाजूक मुळे कुजण्याचा धोकाही राहत नाही.

घ्यायची काळजी – रोपे लावलेल्या जागेत वेळोवेळी खुरपणी करावी व तण वरचेवर काढून घ्यावे. शेणखत सगळ्यात चांगले, पण नाही मिळाले तर रासायनिक खतांचा हलका डोस द्यावा. नायट्रोजन, पोटॅश आणि फॉस्फरस यांचे मिश्र खत (५० ग्रॅम १ चौ.मी.ला या प्रमाणात) घ्यावे. फुलांच्या कळ्या यायला लागल्या की, शेणखताचा शिडकावा करावा. शेणखताने कळ्या चांगल्या जोमदार

फुले येण्यापूर्वी

फुले फुलल्यानंतर

लिली - वर्षातून एकदा येणारी फुले

येतात. काही हंगामी झाडांना पूर्ण ऊन लागते. तर काही अर्धछायेत चांगली येतात, याचे भान ठेवून रोपांची लावण करावी.

■

कंपोस्ट आणि शेणखत वापरता, वाढते जमिनीची जलधारण क्षमता.

ऑर्किड

निसर्गाचा एक सुंदर आविष्कार म्हणजे ऑर्किडची फुले! या फुलांचा महिमा वर्णन करावा तेवढा कमी. निसर्गाच्या या जादूगाराचे काही कळतच नाही. ब्रह्मकमळ एवढे सुंदर, मोहक, सुवासिक फूल, पण त्याचे आयुष्य किती तर ४-५ तासांचे. अगदी रात्री १२ला उमलते नि सकाळपर्यंत ते सुकूनही गेलेले असते. या उलट ऑर्किडची फुले, हात लावल्याबरोबर सुकून जातील अशी वाटणारी फुले एक-एक महिना टिकतात. तोडल्यानंतरसुद्धा त्यांचे आयुष्य कमी होत नाही. झाडावर तर ती जास्तच टिकतात. रंग, रूप, गंध कुणीही मोहात पडावी अशी ही फुले. ऑर्किडना कॅक्टस, सक्युलंटच्या विरोधी हवामान लागते. कॅक्टस, सक्युलंट अगदी कमी पाण्यात, वाळवंटी प्रदेशात वाढतात. पण ऑर्किडना आर्द्रता असलेली हवा व ऊनपण चालत नाही. झाडाच्या सावलीत ती चांगली वाढतात. प्रकाश मात्र भरपूर लागतो.

हल्ली ऑर्किडचे बरेच प्रकार बाजारातही मिळू लागले आहेत. खूप टिकणारी फुले असल्यामुळे त्याचे व्यापारीकरण चांगलेच वाढले आहे.

त्रिवेंद्रम, कोचीन आणि केरळच्या इतर भागांतही ऑर्किड चांगल्या प्रकारे वाढवली जात आहेत. ग्रीनहाउसमध्ये त्यांची मोठ्या प्रमाणात लागवड केली जात

आहे. बंगळुरू, कॅलिमपाँग आणि दार्जीलिंग ही आणखी काही ठिकाणे. आणि हायब्रिड ऑर्किड आता भारतभर ग्रीनहाउसमध्ये तयार करून विक्रीसाठी उपलब्ध केली जात आहेत. हल्ली खूप कमी वेळात उती-संवर्धनाने (टिशूकल्चरने) उत्पादन करता येणे शक्य आहे. त्यामुळे ही फुले जगभरच्या बाजारांमध्ये पाहायला मिळत आहेत.

ऑर्किड या वनस्पतीचे संस्कृत नाव 'वांदा' (Vanda). जगामध्ये याच्या साधारण २० हजार जाती आहेत. महाराष्ट्रामध्ये १६० जाती सापडतात. संकरित जाती जवळजवळ ५० हजारांवर तयार केल्या गेल्या आहेत. भारतात सिक्कीममध्ये ती जास्त आढळतात.

भारतातील जंगले, श्रीलंका, जावा, सुमात्रा, बोर्निओ (Borneo) दक्षिण अमेरिका, मेक्सिको, वेस्ट इंडीज आणि आफ्रिका इथेही ती आढळतात. दगडाच्या खाचांमध्ये – दगडावर जे शेवाळ साचते त्यावर, कधी झाडांच्या फांद्यांवर, खोडावरही आपल्याला विविध प्रकारची ऑर्किड पाहायला मिळतात. साधारण ओलावा व सावली असणारी ही ऑर्किडच्या वाढीची ठिकाणे. या फुलांचा हंगाम जून-जुलै किंवा सप्टेंबर-ऑक्टोबर आहे. यादरम्यान ती फुलतात.

अगदी २०० वर्षांपूर्वी खूप कमी प्रजाती युरोपियन शास्त्रज्ञांना ठाऊक होत्या. ऑर्किडचा संग्रह करणे हा श्रीमंत लोकांच्या प्रतिष्ठेचा छंद होता. सर्वांना त्याचा संग्रह करणे परवडण्यासारखे नव्हते व आजही नाही. १९व्या शतकाच्या शेवटी बऱ्याच हायब्रिड प्रजाती यशस्वीरीत्या तयार केल्या गेल्या आणि आज आपण त्या काळजीपूर्वक आपल्या बागेत जोपासू शकतो.

सर्वच झाडांवर ऑर्किड येत नाहीत. कुंभी नावाच्या वनस्पतीवर ती चांगल्या प्रकारे येतात. तसेच ती आंबा, फणस, अंजन, गेळा, नारळाचे खोड या वृक्षांवर चांगली येतात. बागेमध्ये वेताच्या टोपल्या, मातीच्या किंवा प्लॅस्टिकच्या सच्छिद्र

टोपल्यांमध्ये ऑर्किडची लागवड करता येते. नारळाच्या काथ्यापासून (ट्री फर्न) बनवलेल्या कुंडीतही ऑर्किड चांगली येतात.

आपण उद्यानप्रेमी लोकांनी जंगलातून ऑर्किड ओरबडून आणू नयेत. कारण त्यांना लागणारे योग्य हवामान किंवा माती आपल्या बागेत नसते. शिवाय थोड्याशा हवेच्या बदलानेसुद्धा ती मरून जाण्याची शक्यता असते.

त्यांची वाढ फार हळू असते. शिवाय ज्या प्रकारची ऑर्किड आपण जंगलातून आणतो, त्याच्या लागवडीची आपल्याला पूर्ण माहिती नसते. बरीचशी जंगले नष्ट होत असताना, निसर्गाचा हा ठेवासुद्धा त्याबरोबरच नष्ट होऊ लागला आहे. त्याचे संवर्धन करणे हे आपले कर्तव्य आहे. आपल्याला हा छंद जोपासायचा असेल, तर आपण ऑर्किडची रोपे नर्सरीतून आणावीत. शिवाय त्याला लागणारी हवा, पाणी, खते याची पूर्ण माहिती घ्यावी. तरच ती वनस्पती आपण जगवू शकू.

ऑर्किडचे साधारण ४ प्रकारांमध्ये वर्गीकरण केले जाते.

- जमिनीवरची ऑर्किड (Terrestrial or ground Orchids) जी कमी मातीमध्ये जमिनीतही जगू शकतात.
- एपिफायटिक ऑर्किड (Epiphytic Orchids) – जी झाडांवर किंवा झाडांच्या फांद्यांवर उगवतात व त्यांची मुळे हवेत तरंगतात.
- सेमि-टेरेस्ट्रिअल (Semi-terrestrical Orchids) – ही फक्त झाडाचा आधारासाठी उपयोग करून घेतात. आपले अन्न, पाणी ते हवेतूनच घेतात.
- सॅप्रोपायटिक (Saprophytic Orchids) – लाकडाच्या वठलेल्या / मृत भागावर येतात. ही खूप दुर्मीळ असतात.

नारळाच्या झाडावर फुललेले ऑर्किड

आपण आपल्या बागेतसुद्धा यांची चांगली माहिती घेऊन लागवड करू शकतो. त्यांना साधारण बागेतल्या हवामानाला जुळवून घ्यायला सुद्धा १-२ वर्षांचा कालावधी जावा लागतो. नर्सरीतून रोप आणताना आधी त्याची पूर्ण माहिती घ्यावी. ते जमिनीवरील ऑर्किड आहे की झाडावरील आहे हे समजून घ्यावे. काही जाती जमिनीवर कुंडीत किंवा झाडावरही वाढवता येतात. आंब्याच्या किंवा नारळाच्या झाडावर मॉस बांधावे व त्यावर ऑर्किड ठेवून तांब्याची तार किंवा सुती दोऱ्याच्या साहाय्याने अलगद सावलीच्या ठिकाणी बांधावीत. काही ऑर्किडना ऊन मानवत नाही. सकाळचे कोवळे ऊन थोडेफार चालू शकते. शुष्क काष्ठाच्या ओंडक्यावरही आधी मॉस बांधून आपण ऑर्किड लावू शकतो. ओंडका खाली ठेवला किंवा झाडाला लोंबकळत ठेवला तरी चालेल.

ऑर्किड लावण्याचा आणखी एक प्रकार :

मातीच्या किंवा प्लॅस्टिकच्या, भरपूर छिद्रे असणाऱ्या जाळीदार टोपल्या घ्याव्यात. त्यांच्यात पाणी टाकल्यानंतर पटकन पाण्याचा निचरा झाला पाहिजे. नारळाच्या काथ्यापासून बनवलेल्या कुंड्यांमध्येपण ऑर्किडची लागवड करता येते. त्याच्यासाठी विटांचे लहान-मोठे तुकडे, खडी, कठीण कोळसा असे १:१:१ अशा प्रमाणात घ्यावे. नारळाच्या काथ्यापासून तयार केलेल्या कुंड्यामध्ये ऑर्किड लावावीत. काठीने आधार द्यावा. साधारण ३ ते ४ वर्षांनी रीपॉट करावे. जून-जुलै या पावसाळी सीझनमध्ये त्याची लागवड करावी.

कुंडीतील ऑर्किड

खते – वृद्धी उर्वरक (ग्रोथ हार्मोन) येण्यासाठी, I.B.A. इडॉल न्युटोलिन ॲसिड, लागवड केल्यानंतर ३० ते ४० दिवसांनी मारावे. ९८ मि. ग्रॅम आयर्न सल्फेट, १११ मि. ग्रॅम मॅग्नेशियम सल्फेट, ४५३ मि.गॅम. कॅल्शियम सल्फेट, ११८ मि.ग्रॅम नायट्रेट, ५८४ मि.ग्रॅम, १ लीटर पाण्यात घालून या मिश्रणाची फवारणी करावी. फुले येण्यापूर्वी १५ दिवस व येऊन

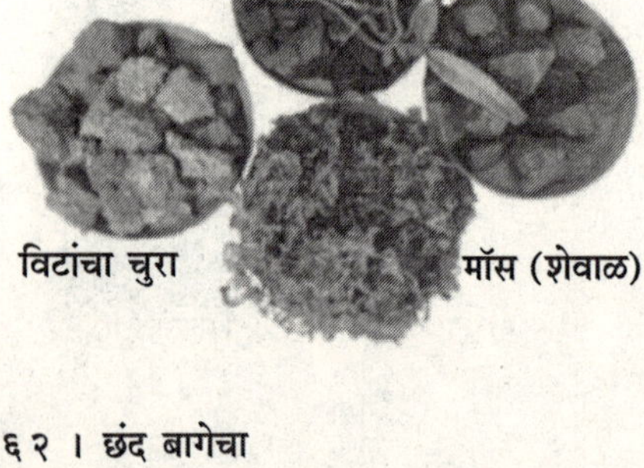

गेल्यानंतर ३० दिवसांनी जिब्रालिक ॲसिड नं.३, १-१५ P.P.M. दर पंधरा दिवसांनी फवारणी करावी.

हवामान – हवेमध्ये ओलाव्याचे प्रमाणे ७० ते ८० असायला हवे. यासाठी सेमी ॲटोमॅटीक फॉगरची आवश्यकता असते. ऑर्किडच्या मुळांना सतत ओलावा लागतो. सर्वच ऑर्किडना १५ ते २१ किंवा १८ ते १९ अंश सेल्सिअस तपमान लागते.

किडी आणि औषधे - किडी आणि रोग होऊ नयेत म्हणून सगळ्यात सोपा मार्ग म्हणजे हरितगृह स्वच्छ ठेवावे. हवा खेळती असावी. जास्त करून पाने, देठ, मुळांना इजा पोहोचल्यामुळे कीड लागते, अशा वेळी तेवढाच भाग कापून जाळावा. मुंग्या, करळी माशी, कोळी, झुरळ, मिलीबग, लाल कोळी इ. किडींचा प्रादुर्भाव ऑर्किडना होऊ शकतो. माशाच्या तेलाचा साबण किंवा बी.एच.सी. पावडर यांची फवारणी करावी. रोगामध्ये फंगस, डायबॅक, पानांवरचे ठिपके इत्यादी मुळे कुजणे असे रोग होतात. ते होऊ नयेत म्हणून Bordeaus mixture किंवा कॉपर ऑक्सिक्लोराइड (copper oxy chloride), कार्बेडाझिम (carbenda zim), कॅप्टन झिंट (captain zint) ही औषधे वरचेवर मारावीत, म्हणजे कीड नियंत्रणाखाली राहील.

ऑर्किडची फुललेली फुले

ऑर्किडच्या सहा पाकळ्यांपैकी तीन आत व तीन बाहेर असतात. त्यापैकी दोन सारख्या असतात तर एक निराळीच असते. तोच या फुलांचा आकर्षक व वेगळा भाग असतो. त्याला 'लीव' किंवा 'लावलेम' या नावाने ओळखतात.

'सिंबिडीयम (मीनूट २)', 'लेडी ऑफ द नाइट', 'डान्सिग लेडी', 'बोलन्सी डान्सर', 'स्पायडर ऑर्किड', 'मीयामी', 'लिली ऑफ द व्हॅली ऑर्किड', 'कामशेल' इत्यादी प्रगत जाती आपल्या बागेत किंवा घरात वाढवायला उपयुक्त आहेत.

■

जिथे वाढती झाडे भराभर, पाऊस तेथे पडतो झरझर.

नेचे (फर्न)

नेचे ही निसर्गाने बागप्रेमींना दिलेली सुंदर देणगी आहे, त्यांच्या शिवाय बागेची शोभा अपुरीच. नेच्यांना फुले नसतात, पण त्याच्या पानांच्या सौंदर्याचं वर्णन करावं तितकं थोडं. फुलांच्या सजावटीत नेच्यांचा वापर फार सुंदररीत्या केला जातो. नेचे सुकवूनही शुष्क पुष्परचनेत वापरले जातात. सुकल्यावर यांच्या रंग व आकारामध्ये फारसा फरक पडत नाही. शुभेच्छापत्रे (ग्रीटिंग्ज), मेणबत्त्या, फ्रेम तयार करण्यासाठीदेखील सुकवलेल्या नेच्यांचा चांगला उपयोग होतो. घराच्या सजावटीमध्ये घरातील झाडे, शिंकाळी यांमध्ये अतिशय उपयुक्त असतात. ही सावलीत वाढणारी असल्याने जंगलात झाडाखाली, झाडावर, दलदलीच्या ठिकाणी नेच्याचे असंख्य प्रकार पाहायला मिळतात. शिंकाळ्यांत विशेषत: नेचे वापरले जातात. तसेच वेगवेगळ्या प्रकारचे नेचे एकाच कुंडीत वापरून एक सुंदर कायमस्वरूपी रचना करता येते. त्याच्यामध्ये मिळतील तेव्हा ताजी फुले खोचावीत म्हणजे होईल एक आकर्षक, सुंदर पुष्परचना. नेच्यांचे रंग, आकारही खूप वेगवेगळे असतात. हिरव्या रंगाच्या तर किती छटा. ग्रीनहाउस किंवा काचघरात ही खूप छान दिसतात.

जिथे बागेत ऊन नसते तिथे फुलझाडे येत नाहीत, अशा ठिकाणी नेचे लावून ती जागा सुशोभित करता येते. व्हरांड्यात, दारात कुठेही आपण नेचे लावू शकतो. काही नेचे औषधी उपयोगासाठी प्रसिद्ध आहेत.

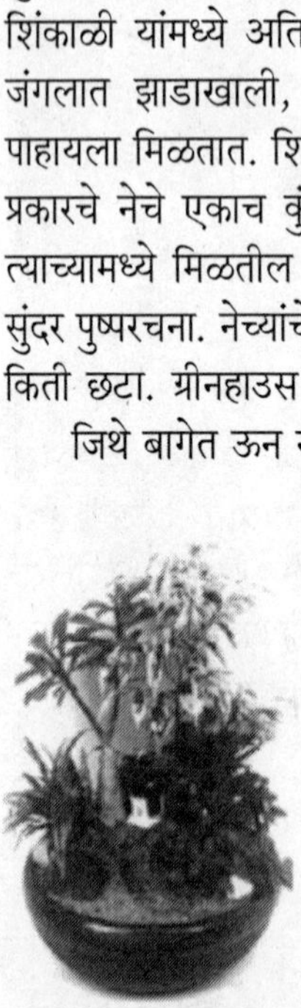

नेच्यांच्या जवळजवळ १० हजारहून अधिक जाती आहेत. जगात सर्वत्र पाणथळ जागी नेचे येतात. त्यांना दमट हवा आणि सावलीची आवश्यकता असते. जगात फक्त वाळवंटात नेचे उगवत नाहीत, तर सततच्या ओलाव्याच्या ठिकाणी किंवा फक्त शेवाळ्यावरही येतात. नेच्यांच्या जाती अतिशय नाजूक असतात. त्यांना सतत

ओलावा व दमट हवा लागते. यांच्या कुंड्या भरताना खूप काळजीपूर्वक हाताळावे लागते. पण काही जाती धडधाकट आहेत. मोठ्या झाडाच्या बुंध्यांखाली नेचे आरामात येताना दिसतात. इतर झाडांच्या मानाने यांना पाणी खूप लागते. एकदा नेच्याची कुंडी सुकल्यावर परत येणे कठीणच असते. त्यासाठी पाणी अत्यंत काळजीपूर्वक घालावे लागते.

स्टॅग हॉर्न फर्न

अभिवृद्धी – नेच्यांची अभिवृद्धी बीपासून किंवा मुळे वेगळी करून करता येते. वसंत ऋतूमध्ये मुळे वेगळी करून लावावीत. कधीकधी पानांच्या मागेच नवीन रोपे तयार होताना दिसतात. ती अलगद काढून रोपण करावे. शिंकाळ्यात किंवा कुंडीमध्ये सतत ओलावा राहण्यासाठी मॉसचा उपयोग करणे चांगले. 'शिंकाळी कशी भरावी' हे 'शिंकाळी तयार करणे' या प्रकरणात (नेचे कसे लावावेत) पाहणार आहोतच. त्याप्रमाणे टोपल्यात किंवा जाळीदार कुंडीमध्ये नेचे लावावेत.

खते – शेवाळ, पीटमॉस, कंपोस्ट ही खते नेच्यासाठी चांगली. पोयटा माती, वाळू, कोळशाचा चुरा. कोळशाचा चुरा माती स्वच्छ ठेवण्याचे काम करते.

वेगवेगळ्या प्रकारचे नेचे

वेगवेगळ्या प्रकारचे नेचे

किडी व रोग – इतर वनस्पतींप्रमाणेच पानाच्या मागच्या बाजूला बुरशीजन्य रोग, खवले कीड होताना दिसते. गोमूत्रात पाणी मिसळून फवारावे किंवा कडुनिंबाच्या पानाचे सेंद्रिय औषध मिळते तेही मारले तरी चालते. रासायनिक खते, औषध पानांवर पडू देऊ नये. पाने नाजूक असतात, त्यामुळे पाने जळण्याचा संभव असतो.

नेच्यांच्या काही जाती –

१) एडी एन्टम (मेडन हेअर फर्न)
२) स्टॅग हॉर्न फर्न
३) हॉली फर्न
४) लेडी फर्न
५) हॉर्स टंग फर्न
६) सेन्सेटिव्ह फर्न
७) बीच फर्न
८) ऑस्ट्रिच फेदर फर्न
९) पोलीपोडियम
१०) डवेलिया
११) डाईनेरिया
१२) डेव्हेलिया, इत्यादी

■

आच्छादन करी बाष्पीभवनास प्रतिबंध.

सावलीतील रोपे (इनडोअर प्लँट)

गोल्डथ्रेड
(Goldthread)

कॉंक्रीटचे जंगल वाढले आहे. झाडेझुडपे कमी होत आहेत. मोठ्या बागापण दिसेनाशा झाल्या आहेत. मोठमोठ्या इमारती झाल्यामुळे घराच्या बागेत ऊन मिळत नाही. जागा असूनसुद्धा काही वेळा ऊन मिळत नसल्यामुळे आपण बाग करू शकत नाही, अशी परिस्थिती आहे. या सर्वांवर उत्तम उपाय म्हणजे सावलीतील झाडे (इनडोअर प्लँट) वाढवणे.

घर, ऑफिस, मोठमोठे कारखाने – त्यांची कितीही सजावट करा, महागडे फर्निचर ठेवा, मोठ-मोठे पुतळे ठेवा, पेंटिंग लावा, अनेक शोभेच्या वस्तूंनी वास्तू सुशोभित केली तरी त्या वास्तूला, घराला, ऑफिसला जिवंतपणा येत नाही. पण फक्त दोन-चार कुंड्या ठेवल्या तरी त्या जागेचे स्वरूप बदलते. ती जागा जिवंत वाटू लागते. फुलांच्या सजावटीनेपण आपण घराला, ऑफिसला जिवंतपणा आणू शकतो, पण तो फार थोड्या वेळापुरता. ती जागा कायमची जिवंत वाटण्यासाठी सावलीतील रोपांशिवाय पर्याय नाही. आजकाल प्रत्येक ऑफिस, कार्यालय, कारखाने, घरांमध्ये सावलीतील झाडे वापरण्याची प्रथाही वाढत आहे. तसेच गृहसजावटीसाठी सावलीतील झाडांनी घर सजवणे हा एक आवश्यक भाग व गृहसजावटीचे महत्त्वाचे अंग बनले आहे आणि ती काळाची गरजही आहे. घरात झाडे ठेवण्याचे सजावटीबरोबर इतरही अनेक फायदे आहेत. झाडे वातावरण शुद्ध करतात. विशेषत: जी सक्युलंट आहेत, उदाहरणार्थ, जेड, एपीक्रा, डेलटोडीया, सेडम, पेचीपाइल, बायोफायलम, पिन्नटा, इ. वनस्पती आपले अन्न तयार करण्यासाठी वातावरणातून कार्बन डाय ऑक्साइड वायू घेतात व प्राणवायू सोडतात. त्यामुळे वातावरण शुद्ध ठेवण्याचे मोठेच काम ही झाडे करतात. आजकाल प्रदूषण केवढे वाढले आहे, याची जाणीव सर्वांनाच आहे. ते कमी करण्याचे महत्त्वाचे काम ही झाडे करतात.

इतर शोभेच्या वस्तूंनी घर सजवण्यापेक्षा या सावलीतील झाडांनी घर सजवणे स्वस्तही पडते व कलात्मक रितीने मांडणी केलेल्या आरोग्यसंपन्न झाडे उच्च अभिरुचीची जाणीव करून देतात.

हल्ली अनेक प्रकारची सावलीतील झाडे मिळतात. नवीन नवीन अनेक जाती विकसित झालेल्या पाहायला मिळतात.

प्रत्येक प्रकारच्या झाडांच्या वेगवेगळ्या सवयी असतात. काहींना पाणी एकदम कमी लागते. उदाहरणार्थ, कॅक्टस, सक्युलंट (म्हणजे ज्याची पाने पाण्याने भरलेली व जाड असतात असे प्रकार) तसेच ज्याची पाने पातळ आहेत अशा वनस्पतींना पाणी जास्त लागते. उदाहरणार्थ, नेचे, मनीप्लँटचे अनेक प्रकार. थोड्याशा सरावाने ही सगळी माहिती आपल्याला मिळते.

सावलीतील रोपांची अभिवृद्धी वेगवेगळ्या पद्धतीने होते. काही सावलीतील रोपांचे पुनरुत्पादन कटिंगमुळे होते, काहींचे कंद येतात, काहींच्या मुळांचे विभाजन करून नवीन झाडे तयार केली जातात, तर काही झाडांची अभिवृद्धी पानांपासूनही होते. त्यांना पानफुटी असेही म्हटले जाते.

काही मोजक्याच प्रजाती सोडल्या तर सावलीतील झाडांना फुले कमी येतात. बिगोनिया, आफ्रिकन व्हॉयलेट इत्यादी झाडांचा अपवाद आहे. फुले येण्यासाठी उन्हाची आवश्यकता असते. पण फुलाच्या सौंदर्याची उणीव पाने नक्कीच भरून काढतात. सावलीतील झाडांच्या पानांचे रंग, आकार अतिशय आकर्षक असे असतात.

सावलीतील झाडांना पाणी देणे – घरातील झाडांना पाणी देणे हे बऱ्याच गोष्टींवर अवलंबून असते. वर्षातील कोणत्या ऋतूमध्ये किती पाणी द्यायचे, रोप नवीन लावलेले आहे की खूप दिवसाचे, वनस्पती कुठल्या प्रकारची आहे, झाड ज्या घरात ठेवले असेल त्या घराचे तापमान यांचा विचार करावा लागतो. हिवाळ्यात कुंडीतील झाडांना पाणी कमी द्यावे. उन्हाळ्यात मात्र झाडांना पाणी अधिक वेळा द्यावे लागते. सप्टेंबर महिन्याच्या सुरुवातीपासून हिवाळ्याच्या सुरुवातीपर्यंत पाणी कमी द्यावे. कुंडीतील माती वाळली असेल तेव्हाच पाणी द्यावे. आफ्रिकन व्हॉयलेट व ग्लॉक्सीयाना जातीच्या वनस्पतींच्या पानांवर पाणी पडणार नाही याची काळजी घ्यावी. प्लॅस्टिकच्या कुंड्यांतील रोपांना मातीच्या कुंडीतल्या रोपांपेक्षा पाणी कमी लागते.

डिफेन्बेकिया

खते – हिवाळ्यामध्ये कुंडीतील वनस्पतींना रासायनिक खते देऊ नयेत. नवीन फुटवे येतील

त्यावेळेस कमी प्रमाणात खताची मात्रा द्यावी. उन्हाळा येईपर्यंत खते द्यावीत. ज्या वनस्पतींच्या मुळांची वाढ पूर्णपणे झाली आहे. अशाच वनस्पतींना खते द्यावीत. सुरुवातीला रोप लावताना मातीत मिसळलेले खत झाडांना साधारण ३ महिने पुरते. नेहमी कोणत्याही प्रकारचे रासायनिक खत एन.पी.के. किंवा सुफला ३ ग्रॅम १ लीटर पाण्यामध्ये घालून प्रत्येक १५ दिवसांनी द्यावे.

पाम

झाड कुठे ठेवाल – ज्या वनस्पतीच्या पानांवर पिवळे अथवा अन्य प्रकारचे पट्टे (व्हेरीगेटेड) असतात, अशा वनस्पतींना दिवसभर उजेड असेल अशा ठिकाणी ठेवावे.

स्वच्छता – झाडांची सर्वांत महत्त्वाची काळजी म्हणजे पानांची स्वच्छता. कारण पानांवर जर धूळ साचली असेल तर अशा प्रकारच्या वनस्पतीचे श्वसन व्यवस्थित होत नाही. चांगल्या स्वच्छ कपड्याने अथवा ओल्या स्पंजने पाने पुसली तर झाडे दीर्घकाळ टिकतात व निरोगी राहतात. पाने चकचकीत दिसावीत म्हणून पानांवर तेल, जेल लावू नये. त्यामुळे पानांच्या श्वसनक्रियेत व्यत्यय येतो. वाळलेली व पिकलेली पाने नियमित काढून टाकावीत व कुंडी स्वच्छ ठेवावी. ८-१५ दिवसांनी बाहेर नेऊन पाण्याने धुवून काढावी. त्यामुळे कीड व बुरशी रोग असतील तर ते धुवून निघून जातील.

काळजी कशी घ्याल –

१) कुठल्याही परिस्थितीत या झाडांना एक आठवड्यापेक्षा अधिक काळ घरात ठेवू नका. झाडांच्या पानांचा रंग फिक्का पडतो. झाड निरोगी वाटत नाही.

२) जेव्हा झाडांना बाहेर ठेवता तेव्हा थेट सूर्यप्रकाशात ठेवू नका. प्रथम सकाळच्या उन्हात ठेवा. नंतर हळूहळू उन्हात ठेवायची वेळ वाढवत न्या. कधीही सावलीतील झाडे १२ नंतरच्या उन्हात ठेवू नका. कुंड्यांचे दोन संच करावेत व ते घरात आलटून-पालटून ठेवावेत. कमीत कमी १५ दिवस कुंडी बाहेर ठेवावी व नंतर आत आणावी.

३) मॉस स्टीकवर चढणाऱ्या वेली असतात. जसे फीलोडनड्रान, मॉनस्टेरा, मनीप्लँट इत्यादी. मॉसस्टीकवरील वाढ पूर्ण झाल्यावर त्यांचे शेंडे छाटावेत. असे नाही केले तर वरचा भाग वाढत राहतो व खाली फक्त पान विरहित देठ राहतो. त्यामुळे कुंडी शोभिवंत दिसत नाही.

४) जेव्हा कुंडी फुलांनी भरते, तेव्हा पुनर्भरण करावे. आपल्याला सांभाळता येतील तेवढीच झाडे लावावीत. ती व्यवस्थित ठेवावीत म्हणजे निरोगी व टवटवीत राहतील.

एक लघुउद्योग – आजकाल घर, ऑफिस, कारखाना, हॉटेल, वेगवेगळ्या

डेफेन्बेकिया

व्यापारी कंपन्यांचे स्वागतकक्ष अशा सर्व ठिकाणी सावलीतील झाडे कलात्मक सजावटीसाठी वापरलेली दिसतात. यांची नयनमनोहर सजावट पाहायची, तर सिंगापूर एअरपोर्टची इमारत पाहायला हवी. एवढी मोठी विमानतळाची पूर्ण इमारत इतकी कलात्मकरीत्या ऑर्किड आणि सावलीतील वेगवेगळ्या आकर्षक झाडांनी सजवली आहे की, पाहणाऱ्यांनी पाहतच राहावे.

साहजिकच सगळीकडे सगळ्यांना या झाडांची देखभाल करणे परवडण्यासारखे नसते याची बरीच कारणे आहेत. सर्वांजवळ वेळ, पैसा, मनुष्यबळ, माहिती-तंत्रज्ञान इ. सर्व यंत्रणा नसते. छोट्या कंपन्यांना ते शक्यही नसते. त्यामुळे साहजिकच बऱ्याच व्यावसायिक कंपन्या ही झाडे पुरवण्यासाठी निर्माण झाल्या आहेत. झाडे लावण्यासाठी, ती जगवण्यासाठी बराच प्रशिक्षित कर्मचारी वर्ग ठेवला जातो. त्यामुळे अनेकांना रोजगाराची एक उत्तम संधी याद्वारे मिळते. आपण स्वतःचा उद्योग चालू करू शकतो. ५ रुपये प्रत्येक दिवशी या हिशोबाने ते झाडे भाड्याने देतात आणि लायब्ररीप्रमाणे आलटून-पालटून बदलूनही देतात. लग्न समारंभ, काही कार्यक्रम, सभा, बारसे, स्वागतसमारंभ, वाढदिवस, वर्धापनदिन, कुठल्याही मंगल प्रसंगी हॉल-मंडप किंवा ऑफिस सजवण्यासाठी लहान-मोठ्या इनडोअर प्लँटच्या कुंड्या भाड्याने देण्याची पद्धत चांगलीच रूढ झाली आहे. त्यामुळे ही एक चांगली रोजगाराची संधी उपलब्ध झाली आहे. विशेषतः मोठ्या शहरांमध्ये त्याला विशेष मागणी आहे. कुंड्या खरेदी करून ठेवणे प्रत्येकाला जागा, पैसा, मनुष्यबळ यांअभावी परवडणारे नसते. तसेच रोज वेगवेगळ्या कुंड्या वापरायलाही मिळतात. रोज एकच झाड पाहण्यापेक्षा वेगवेगळी झाडे पाहणे केव्हाही आनंददायक. त्यामुळे हा रोजगार उपलब्ध करून देणारा एक छंद, व्यवसाय म्हणून जोर धरू लागला आहे. यासाठी शिक्षणाची आवश्यकता नाही, पण मेहनत करण्याची तयारी पाहिजे. अशा व्यक्तींसाठी ही चांगलीच संधी आहे. या धंद्याची सुरुवात करायला फार भांडवलाची गरजही नाही. छोट्या प्रमाणात सुरुवात करून त्याला मागणीप्रमाणे मोठे स्वरूप देता येईल. उत्साही व गरजू व्यक्तींनी याचा अवश्य लाभ घ्यावा.

परकीय चलन – कृषिउत्पादन निर्यात विकास एजन्सीने केलेल्या सर्वेक्षणामध्ये अशी माहिती उपलब्ध आहे की, २६० हेक्टर जमिनीमध्ये भारतात कोलकाता, बंगळुरू, पुणे, त्रिवेंद्रम, आग्रा येथे वेगवेगळ्या प्रकारची शोभेची झाडे तयार करण्यात येतात. बंगळुरू येथील हवामान शोभेच्या झाडांसाठी अतिशय अनुकूल

असे आहे. त्यामुळे तेथे आसपास जवळजवळ २०० नर्सरी साधारण १४० हेक्टर जमिनीचा उपयोग करतात. भारतात साधारण दरवर्षी १ कोटी ४० लाख रुपयांचा परदेशी व्यापार होतो. शिवाय १० ते १५ लाख रुपयांच्या शोभेच्या झाडांची निर्यात होते. हे आकडे ८-१० वर्षांपूर्वीचे आहेत. आता हा व्यापार करोडोंच्या घरात गेला असावा. शोभेच्या झाडांच्या अनेक चांगल्या जाती अलीकडे निर्माण केल्या गेल्या आहेत. अशी झाडे हवामानातील कुठल्याही बदलाला, किडी-रोगांना तोंड देऊ शकतील असे तंत्रज्ञान विकसित केले गेले आहे आणि त्यावर वेगवेगळ्या संस्थांद्वारा संशोधनही चालू आहे.

सावलीतील कुंड्यांची घरातील आकर्षक रचना

कुंडी भरण्याची पद्धत – सर्वसाधारण २ पाटी पोयटा माती, १ पाटी शेणखत, अर्धा पाटी नदीची वाळू, १ पाटी कंपोस्ट खत असे मातीचे मिश्रण तयार करून घ्यावे. त्यामध्ये थोडीशी (साधारण अर्धा चमचा १ कुंडीला) बी.एच.सी. टाकावे; मुंग्या, शेणकिडे होऊ नये म्हणून.

सुरुवातीला कुंडीच्या छिद्रावर खापरीचा तुकडा ठेवावा. त्यानंतर नारळाच्या

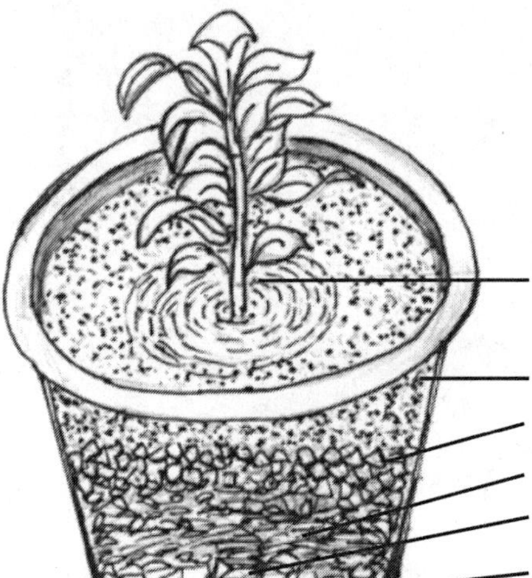

शेंड्या किंवा वाळलेल्या पाला-पाचोळ्याचा २ इंच ते ३ इंच थर द्यावा. त्यानंतर विटांच्या चुऱ्याचा १ ते १.५ इंच थर द्यावा व नंतर वरील मातीचे मिश्रण घालावे. २/३ माती घालून झाल्यावर आपल्याला हवे ते रोप मुळासकट लावून द्यावे व उरलेली माती रोपाच्या आजूबाजूने घालून चांगली दाबून घ्यावी. कुंडी मातीने पूर्ण भरू नये. साधारण वरून १ इंचापर्यंत रिकामी ठेवावी. म्हणजे पाणी घातल्यानंतर माती वाहून जाणार नाही. नंतर झारीने पाणी द्यावे. कुंडीच्या छिद्रामधून पाणी बाहेर येईपर्यंत कुंडीत पुरेसे पाणी घालावे. आधीचे पाणी सुकल्यावर पुरेसे पाणी द्यावे. कुंडी सतत ओलीही ठेवू नये. जास्त पाण्याने मुळे कुजण्याचा संभव असतो. तशीच ती फार वाळूही देऊ नये.

सावलीतील काही झाडे - १) बिगोनीया रेक्स २) रबर प्लँट ३) ॲल्युमिनियम प्लँट ४) मनीप्लँट ५) मॉनस्टेरा ६) डेली सिक्योसा ७) मरांटा ८) डेफनबेकिया ९) क्लोरोफाइटम १०) केपेसी ११) केलेथिया १२) बिगोनिया १३) फ्लोरेस १४) एग्लोनीमा १५) पेपोरोमीयाच्या अनेक प्रजाती १६) फायलोडेंड्रॉन इत्यादी.

घरातील बाग

जागेच्या कमतरतेमुळे जेव्हा बाल्कनीही मिळत नाही, तेव्हा घरातील बाग हा उत्तम पर्याय आहे. घराचे बांधकाम करत असताना झाडे लावण्यासाठी जागा सोडली जाते. अगदी दिवाणखान्यापासून स्वयंपाकघरापर्यंत कुठेही झाडे लावली जातात. झाडामुळे घराच्या सौंदर्यात तर भर पडतेच, पण घरातील प्रदूषणही कमी होते.

घरातील बाग

घराला जिवंतपणा येतो.

सावलीतील झाडांचे असंख्य प्रकार आपल्याला घराच्या बागेसाठी उपयोगी पडतात. पार्टिशनऐवजी मोठ्या बॉटल गार्डन करून घरात बाग बनवता येते. घरातल्या बागेसाठी मातीविरहित झाडे लावता येतात. जास्त प्रकाश नसेल तरी कृत्रिम प्रकाशातही झाडे वाढतात. मातीऐवजी पाणी, कोकपीठ, जेली (Hydroponic), भाताचे तूस, शेवाळ, अगार (Agar – समुद्रातल्या तळातील शेवाळाची पावडर) इत्यादी वापरून आपण मातीविना बाग करू शकतो.

घ्यायची काळजी

बाहेरच्या झाडांपेक्षा घरातील झाडांची काळजी जास्त घ्यावी लागते. मुख्य म्हणजे पाण्याचा निचरा व्यवस्थित असायला हवा. प्रकाश कमी असेल, तर कृत्रिम प्रकाश द्यावा. झाडे निवडताना कमी प्रकाशात वाढणारी झाडे निवडावीत. जास्त मोठी झाडे लावू नयेत. बागेचे आकारमान लहान असावे. निगा राखणे सोयीचे होते.

■

पर्यावरण रक्षक गांडूळ.

शिंकाळी (हँगिंग्ज) तयार करणे

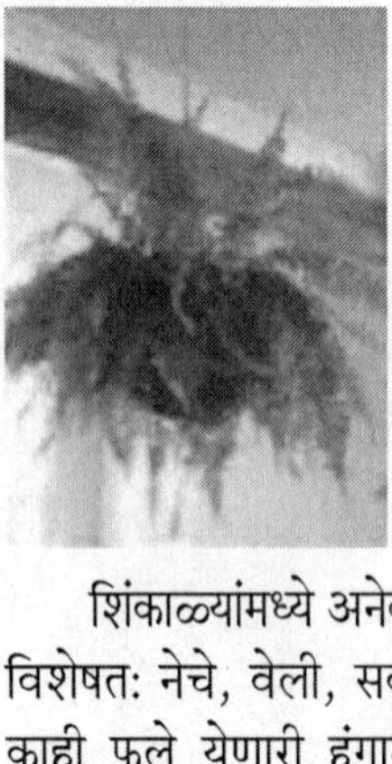

बागेमध्ये शिंकाळी एक वेगळीच शोभा आणतात. त्यांचे लोबंकळणे पाहणाऱ्याची नजर एकदम वेधून घेते. जमिनीवरील झाडांवर, कुंड्यांवर लक्ष जात नाही, पण ही शिंकाळी नजरेत पटकन भरतात, हे त्यांचे वैशिष्ट्य आहे. ही आपल्याला अनेक प्रकारे ठेवता येतात. मोठ्या झाडांना टांगून तर कधी घराच्या बाल्कनीत, खिडकीत किंवा वाळक्या लाकडांना बांधून. त्यांच्यासाठी आकर्षक लोखंडी, लाकडी स्टँडही मिळतात.

शिंकाळ्यांमध्ये अनेक प्रकारची झाडे लावता येतात, विशेषत: नेचे, वेली, सक्युलंट, चेरी, करवंद, मिरची, काही फुले येणारी हंगामी झाडे यांत छान दिसतात. फळे-फुले येणाऱ्या झाडांना ऊन लागते. त्यांना थोडे सकाळचे ऊन लागेल अशा ठिकाणी टांगावीत. आता ती कशी भरायची ते पाहू.

साहित्य – वजनाने हलक्या, जाळीदार टोपल्या खास शिंकाळ्यांसाठी मिळतात. नायलॉनची जाळी (नेट), १ किलो मॉस (यात साधारण २ शिंकाळी टोपल्या भरतात) खत, माती, एक चमचा बी.एच.सी. किंवा गॅमॅग्झीन.

कुंडी भरणे – प्रथम शिंकाळ्यात पातळ नायलॉनच्या जाळीचा तुकडा अंथरावा. त्याच्यावर थोडा शेवाळाचा थर पसरावा. दांडे मोकळे राहतील अशा पद्धतीने शेवाळ

अंथरावे. त्यानंतर खत-मातीचा गोळा करून मध्यभागी ठेवावा. त्यावर रोप लावून घ्यावे. वर आणखीन थोडी ओली माती घालून झाड चांगले लावून घ्यावे व वर परत थोडे शेवाळ टाकून कुंडी नीट भरून घ्यावी व पाणी शिंपडावे.

खते – महिन्यातून एकदा सुफला पाण्यात विरघवळून (एक चमचा एक लीटरमध्ये) घालणे.

कीटकनाशके – बी.एच.सी. ५० टक्के व रोगर आलटून-पालटून महिन्यातून एकदा स्प्रे करावीत.

इतर काळजी – मुळांनी कुंडी भरून आली की पुनर्भरण करावे. प्रत्येक झाडाची मुळे वाढण्याची क्षमता वेगवेगळी असते. काही जातींची मुळे लवकर वाढतात. सक्युलंटची कुंडी मुळांनी लवकर भरत नाही. शिंकाळ्यात पाण्याचा निचरा लवकर होत असल्यामुळे रोज पाणी देणे आवश्यक आहे. नळीच्या तोटीला झारीचे तोंड लावून पाणी मारावे, म्हणजे झाडे चांगली धुऊन निघतात. त्यामुळे कीड पण धुऊन निघते. सुकलेली पाने नियमित काढून टाकावीत. झाड नेहमी निरोगी व टवटवीत ठेवावे.

पेट्युनिया

शेवाळ लावलेली काठी (मॉस स्टिक) तयार करणे – प्लॅस्टिकची नळी घेऊन ६-६ इंचावर खिळे गरम करून चारी बाजूंनी रांगोळीच्या ठिपक्याप्रमाणे लावून घ्यावे. पहिला थर सुतळीच्या साहाय्याने त्याच्यावर एक सारखे मॉस पसरून

बांधावे. परत दुसरा थर बांधावा. वर चिकनमेशने (तारेची जाळी) झाकले तरी चालते. अशी तयार केलेली काठी खूप दिवस टिकते व बाजारापेक्षा स्वस्तही पडते. ■

कागदाची बचत म्हणजे वृक्षांना जीवनदान.

कॅक्टस (निवडुंग) आणि सक्युलंट

निसर्ग जादूगाराच्या पोतडीप्रमाणे आहे. काय-काय गुपिते त्याने आपल्या पोतडीत ठेवली आहेत कोण जाणे? डोकावून पाहावे तर प्रत्येक वेळी काहीतरी वेगळेच हाती लागते. कॅक्टस आणि सक्युलंटच्या बाबतीतही तसेच आहे. काय सुंदर फुलांचे रंग! सर्वांत सुंदर फूल असेल तर कॅक्टसचे. सक्युलंटच्या पानांचे आकार विविध व मनोहारी. पानेच वेगवेगळ्या फुलांसारखी झाडांना लटकलेली, बघणाऱ्याने बघतच राहावे! आकार तर एवढे विविध, अगदी बारीक सुईच्या टोकापासून ते अगदी मोठ्या वृक्षापर्यंत. त्याच्या सौंदर्याचे वर्णन करावे तेवढे कमीच.

एक गोष्ट मात्र खटकते. मानवाने चंद्रावर पाऊल ठेवले, तरी माणसाच्या मनातील अंधश्रद्धा काही कमी होत नाही. 'कॅक्टस घरात ठेवू नयेत त्यामुळे घर ओसाड होते', ही त्यातलीच एक अंधश्रद्धा आणि ही अंधश्रद्धा इतकी पसरली आहे की, कॅक्टसच्या कुंड्या व वाफे दिसेनासे झाले आहेत. २०-२५ वर्षांपूर्वी कॅक्टसचा संग्रह बागेत असणे प्रतिष्ठेचे व अभिमानाचे समजले जाई. पण आज कॅक्टस बागेतून नाहीशी होताना दिसत आहेत. ही फार खेदाची गोष्ट आहे.

गोल्डन बॅरेल कॅक्टस (Golden Barrel Cactus)

ब्रह्मकमळ

सगळ्यांचा निर्माणकर्ता एकच परमेश्वर आहे. ही सर्व सृष्टी विधात्याने निर्माण केलेली आहे. लोभस कॅक्टसची इतकी सुंदर फुले आहेत की, ती गुलाब आणि कमळाला लाजवतील, मग ती अपशकुनी कशी? उलट परमेश्वराने मानवाला दिलेली सुंदर देणगीच आहे. पण हे लोकांना पटवून देणार कोण?

कॅक्टस व सक्युलंट हे दोन्ही प्रकार निसर्गाचे सुंदर आविष्कार आहेत. आपण ज्याला ब्रह्मकमळाचे फूल म्हणतो ते ब्रह्मकमळ नव्हे, ते फड्या निवडुंगाचे परदेशी रूप आहे. कमळासारखे दिसते, त्यामुळे त्याचे नाव ब्रह्मकमळ पडले असावे. मूळ ब्रह्मकमळ हिमालयात दहा हजार फुटांवर उगवणारी वनस्पती आहे. त्याच्या उग्र वासाने भोवळ येऊ शकते. कमळापेक्षा सुंदर रंग व वासाचे ते एक सक्युलंटचे फूल आहे.

१५ ते २० हजार वर्षांपूर्वी कॅक्टस अस्तित्वात आली म्हणून या वनस्पतीला नवीन जगातील वनस्पती असे म्हटले जाते. या वनस्पती आशिया खंडातील नव्हेत. चिली व दक्षिण अमेरिका ही कॅक्टसची जन्मस्थळे. कॅक्टस व सक्युलंट यांच्यात पाणी साठवण्याची क्षमता असते. कॅक्टस व सक्युलंटला येणारी फुले सुंदर, सुगंधित व दुर्मीळ असतात. पाव इंचाच्या छोट्या फुलांपासून ते १० इंचाची मोठी

वेगवेगळ्या प्रकारचे सक्युलंट

फुले कॅक्टसला येतात. तशीच ती सुवासिकही असतात. रंग, रचना यांची इतकी विभिन्नता अन्य फुलांमध्ये दिसून येत नाही. सर्वांत जास्त पाणी साठवणाऱ्या उती (वॉटर टिश्यू) यात असतात.

असा प्रश्न अनेकदा विचारला जातो की, हे झाड कॅक्टस आहे की सक्युलंट? सक्युलंट दोन प्रकारचे असतात. एक प्रकार म्हणजे जे आपल्या पानांमध्ये पाणी साठवतात व दुसरा प्रकार जे आपल्या खोडात पाण्याचा संचय करतात. ज्या वनस्पती खोडात पाणी साठवतात त्यांना 'कॅक्टस' म्हणतात व पानांत संचय करणाऱ्या वनस्पतीला 'सक्युलंट' म्हणतात. सर्व कॅक्टस सक्युलंट असतात, पण सर्व सक्युलंट कॅक्टस नसतात. कॅक्टस व सक्युलंटचे क्षेत्र खूपच विस्तृत आहे.

जगामध्ये साधारण १५ ते २० हजार प्रकारचे कॅक्टस आहेत. कॅक्टसची विभागणी अनेक प्रकारांत केली जाते.

तीन किंवा अधिक प्रकार मिळून एक स्पीशीज (species) तयार होते. काही स्पीशीज मिळून एक जीनस (genus - एकवचन genera) व अनेक जीनस मिळून एक फॅमिली तयार होते. पुन्हा कॅक्टसच्या फॅमिलीची तीन विभागांत विभागणी होते. १) परेस्की २) अक्युन्सी ३) सेरी. (फड्या निवडुंग – अंगावर बारीक काट्यांचे गुच्छ. सांधे लगेच तुटतात.) ७५ टक्के कॅक्टस यामध्ये मोडतात. त्याचे परत ५ भाग पडतात.

१. सेरी (Cereance) सेरीअ‍ॅवी गुणधर्म – उंच वाढणारे, अंगावर निमुळत्या खाचा (रिब्ज) असतात. याची फुले फक्त रात्री उमलतात.
२. इकायनो (Echino) गुणधर्म – एका कॅक्टसपासून भरपूर पिल्ली येतात. रिब्ज – स्पायडर रिब्ज. सुंदर फुले देणारी कॅक्टस. फुले नेहमी बाजूने येतात. मागच्या वर्षी जिथून वाढ झाली असेल तेथून येतात.
३. इकोना कॅकटेने (Echino Cactanae) जीनस फरो – फुले डोक्यावर येतात. नवीन वर्षाची वाढ झालेली आहे तिथे येतात. उदाहरणार्थ, फरी कॅक्टस.
४. कॅकटने – १) मेलो कॅक्टस २) डिस्को कॅक्टस – पूर्ण वाढ झाल्यानंतर काट्यांचा लोकरीसारखा तुरा येतो. फरी कॉक्टसची फुले अ‍ॅकझीलमधून येतात (काट्याचा बाजूचा भाग).
५. एपिफाइट्स – झाडावर जगणारी जी कॅक्टस असतात त्यांना एपिफाइट्स

कॅक्टस म्हणतात. उदाहरणार्थ, सायगो इत्यादी.

सर्व कॅक्टसना ऊन भरपूर लागते. परंतु सूर्याखाली उन्हामध्ये ठेवता येत नाहीत. तापमान २० अंश इतके लागते. मार्च व ऑक्टोबरमध्ये खत व पाणी भरपूर द्यावे. ऑक्टोबरपासून त्यांच्या विश्रांतीचा काळ (डॉर्मन्ड पीरियड) असतो. या वेळेला प्रकाशही कमी करावा लागतो. खते व पाणी कमी द्यावे. हवा मात्र खेळती हवी.

पाणी – पाणी दररोज द्यायचे नाही. कॅक्टस लावल्यानंतर पहिले १५ दिवस पाणी द्यायचे नाही. मार्च ते ऑक्टोबर, आठवड्यातून एकदा पाणी द्यावे. पावसाचे भरून ठेवलेले पाणी अतिशय उत्तम. कॅक्टसना आम्लयुक्त पाणी लागते. पिण्याच्या पाण्यात थोडे सल्फ्युरिक आम्ल टाकावे. आम्लता लिटमस पेपरवर ७ ते ८ अंकांमध्ये असावी. थंड वा गरम पाणी वापरू नये. पाणी नेहमी सकाळी द्यावे. कुंडीमध्ये ओलसरपणा अजिबात राहू देऊ नये. ऑक्टोबर जसा जवळ येईल तसे पाण्याचे प्रमाण कमी करत साधारण २० दिवसांच्या अंतराने द्यावे.

कॅक्टससाठी माती तयार करणे – माळावरची मुरुममिश्रित माती घ्यावी. कोळशाची खर (बारीक पूड – कोळशाने पाणी शुद्ध होते, दूषित पदार्थ शोषले जातात), बांधकामाची वाळू, शिंपल्यांचा चुरा, भाताची टरफले माध्यम म्हणून वापरावे. फ्युरॉडॉल एक चमचा वापरावे. या सर्वांचे मिश्रण करावे, तसेच त्यांचा घट्ट गोळा होणार नाही याची काळजी घ्यावी.

४० टक्के पॅडीअर, १५ टक्के वाळू, १५ ते २० टक्के विटेचा चुरा, साधारण २० टक्के कोळसा, शिंपले, कॅल्शियमसाठी अंड्याची टरफले वापरली तरी चालतात. या मिश्रणामध्ये कंपोस्ट वापरायचे नाही. त्यांना पोटॅशियम, फॉस्फरस लागते. नायट्रोजन नाही वापरले तरी चालते. हॉर्नमील किंवा बोनमील, स्टेरामील ही खते वापरावीत. प्रमाण एका झाडासाठी २ चमचे.

गोल कॅक्टससाठी झाडापेक्षा अर्धा ते एक इंच मोठ्या घेराची कुंडी वापरावी. कुंडी फार खोल नसावी. कुंडीत पाणी घातल्याबरोबर पाणी बाहेर आले पाहिजे. पाणी झरत नसेल तर मिश्रण बदलावे. वाळूंचे गोटे किंवा विटांचा चुरा घालावा. कुंड्या मातीच्या वापराव्यात.

घ्यायची काळजी – कॅक्टसचा भाग मऊ झाला असेल तर तो भाग ताबडतोब कापून काढून टाकावा व तेथे सल्फर मारून कोरड्या जागी ठेवावे.

रोग –

रेड स्पायडर माइट – पिवळे किंवा तांबडे डाग पडले असतील तेव्हा या रोगाचा प्रादुर्भाव झाला आहे असे समजावे. हवा खेळती नसेल तर हा रोग होतो.

उपाय : हे थांबवण्यासाठी सिस्टेमीक ऑरगॅनो फॉस्फरस मारावे. एका लीटरमागे ४-५ सी.सी. असे प्रमाण घ्यावे.

मीलीबग – हे जंतू पांढरे, कापसासारखे, चिकट, शिरांवरील रस शोषून घेणारे असतात.

उपाय : निकोटिन सल्फेट किंवा मॅलेथिऑन, पॅकवरील प्रमाण बघून स्प्रे करावे.

ॲप्रॉइड्स (हिरवी माशी) – कॅक्टसच्या वरच्या बाजूस हल्ला करते.

उपाय : डीमेक्रॉन हे औषध मारावे.

स्केल इन्सेक्ट्स – (खवले कीड) ही कुठल्याच औषधाला दाद देत नाही. ही शक्यतो खरडून टाकावी.

कॅक्टसचा उपयोग – अन्नासाठी, औषधासाठी, काटेरी असल्यामुळे कुंपणासाठीही चांगला उपयोग होतो. शोभेसाठी तसेच इंधन म्हणूनपण याचा उपयोग होऊ शकतो. इंधन म्हणून मोठ्या प्रमाणावर संशोधन चालू आहे आणि ते संशोधन यशस्वी होत आहे.

कलमे – कलमे केल्याने आपल्याला दोन भिन्न प्रकारच्या कॅक्टसना जोडून एक नवीन रूप देता येते. काही वेळा झाड जर मुळापासून सडू लागले असेल तर ते कलम करून वाचवता येते. काही बहुमूल्य कॅक्टसना पूर्ण वाढवण्यासाठी खूप वर्षे लागतात. तसेच ती एवढी निरोगी, सशक्त वाढत नाहीत व फुलेही येत नाहीत. अशा वेळी कलम करून आपण नवीन झाड मिळवू शकतो. निरोगी व सशक्त झाडे आपण कमी वेळात निर्माण करू शकतो. त्यांना फुले, फळे, बी लवकर लागते. प्रत्येक काटेरी कॅक्टसला खूप ऊन लागते, सक्युलंटला तेवढे लागत नाही. सक्युलंटला अर्धछाया चालते. कापलेला भाग सडू नये म्हणून त्याला लगेच कोळशाची पूड किंवा चुना लावावा. छाटणी करूनसुद्धा रोपे तयार करता येतात. अशा वेळी छाटाला बुरशीविरोधी पावडर लावून ८-१० दिवस तसेच ठेवावे. नंतर तो छाट लावावा. लावल्यानंतर पाणीही लवकर घालू नये. जास्त पाण्याने कॅक्टस व सक्युलंट मरण्याची शक्यता असते. त्यामुळे पाणी कमी द्यावे. जास्त ओलावाही चालत नाही.

कॅक्टस तयार करण्यासाठी कलमांचे अनेक प्रकार प्रचलित आहेत. त्यातले काही सोपे प्रकार –

कॅक्टसची अभिवृद्धी (पुनर्निर्माण) – कॅक्टसची पुनरुत्पत्ती ही बी, कलम,

कॅक्टस व सक्युलंटची आकर्षक मांडणी

छाट यांपासून केली जाते. बीपासून पुनरुत्पत्ती करणे जरा कटकटीचे, वेळकाढू काम असते.

प्रदर्शन व मांडणी – बागेमध्ये कॅक्टस आणि सक्युलंट यांच्या कुंड्या एकत्र ठेवल्यास एक वेगळीच शोभा दिसते. याचा एक वेगळा वाफाही आपण करू शकतो. पाऊस, ऊन, वारा, ओलावा, यांपासून त्याला जपले पाहिजे. सुटे-सुटे निवडुंग ठेवण्यापेक्षा त्यांचा एकत्रित परिणाम छान वाटतो. छोट्या ट्रेमध्ये विविध

निवडुंगांच्या १०-१५ प्रकारच्या लहान कुंड्या, दगड, गोटे घालून ठेवाव्यात किंवा एकाच चिनीमातीच्या किंवा मातीच्या ट्रेमध्ये अनेक प्रकारचे निवडुंग लावले तरी छान दिसते. तसेच कॅक्टस, सक्युलंट एकत्र लावले असता तोही ट्रे छान दिसतो. ■

वृक्ष व फुलझाडे लावून त्यांची जोपासना करणे हे देवाच्या सान्निध्यात राहण्यासारखे आहे.

शुष्क काष्ठ (ड्रिफ्ट वूड)

शुष्क काष्ठांनीदेखील वेगवेगळ्या प्रकारे बाग सजविली जाते. कधी नुसते शो पीस ठेवून, तर कधी त्यावर झाडे लावून, तर कधी झाडाएवढे शुष्क काष्ठ रंगवून त्यावर शिंकाळे अडकवून, तर कधी विशेष समारंभ प्रसंगी शुष्क काष्ठाला सोनेरी, रुपेरी वा तांब्याचा रंग देऊनही आपण आपल्या बागेची शोभा वाढवू शकतो.

या वस्तूंनी बागेचे सौंदर्य वाढत असले तरी, त्यांचा अतिरिक्त वापर टाळावा. खूप वस्तू एकत्र ठेवल्यामुळे बागेचे मूळचे सौंदर्य बाजूला पडणार नाही याची काळजी घ्यावी. तसेच आपला मूळ उद्देश जिवंत झाडे, फळे, फुले आहे; त्यांचे सौंदर्य दाखवणे हे आहे हे विसरून चालणार नाही. इतर वस्तूंचा माफक प्रमाणात उपयोग करावा आणि आपल्या बागेचे सौंदर्य वाढवावे. आपले लक्ष बागेकडे गेले पाहिजे, शोभिवंत वस्तूंकडे नाही हे ध्यानात ठेवायला हवे.

शुष्क काष्ठ (ड्रिफ्ट वूड) तयार करणे

शुष्क काष्ठाची कला ही आपल्याला निसर्गाने दिलेली आणखीन एक देणगी आहे. तो एक कलाप्रकार म्हणून चांगलाच प्रचलित होताना दिसत आहे. नदीच्या प्रवाहाबरोबर जंगलातून झाडांची मुळे, फांद्या, ओंडके हे वाहत असतात. वाहताना त्यांच्यांवर आपोआपच नैसर्गिक प्रक्रिया होत असते. कधी दगडावर, तर कधी प्रवाहाने घासून अशी लाकडे अनेक प्रकारचे आकार धारण करतात. हवा, पाणी, ऊन यांची त्यांवर प्रक्रिया होऊन शेवटी वेगळेच आकार तयार होतात. असे ओंडके पुराबरोबर वाहत येऊन जंगलात, जमिनीवर, नदीच्या काठी पडतात. ते सहल किंवा जंगलात भटकंती करताना आपल्याला सापडतात. ते गोळा करावे. बऱ्याच वर्षांची नैसर्गिक प्रक्रिया झाल्यामुळे ते अतिशय टिकाऊ व सुंदर आकारात मिळतात. फक्त ते शोधण्याची दृष्टी आपल्याला हवी. जंगलातील झाडे ही खूप कारणाने मरतात. काही वय होऊन, काही कीड किंवा वाळवी लागून, काही वाऱ्याने पडतात. जंगलात आग लागूनही खूप वेळेला झाडे मरतात. काही वेळा ती पूर्णपणे मरत नाहीत. मग

शुष्क काष्ठ वापरून बागेत केलेली रचना

त्यांच्या राहिलेल्या भागावर म्हणजे मूळ, खोड, फांद्यांवर खूप दिवस ऊन, वारा, पाऊस यांची प्रक्रिया होऊन सुंदर शुष्क काष्ठे तयार होतात. ती फक्त आपणास शोधता आली पाहिजे. ती शोधून त्यांवर प्रक्रिया करून वापरता येतात. हे झाले नैसर्गिक शुष्क काष्ठाबाबत, हे सुंदर टिकावू असते. इतक्या वेगवेगळ्या आकारात ते आपल्याला तयार मिळते. त्या निसर्गदेवतेच्या कलेचे कौतुक करावे तेवढे थोडेच. हे नैसर्गिक ठोकळे आपल्याला बागकामात अनेक प्रकारे वापरता येतात. कधी शो पीस म्हणून, कधी लॅम्प स्टँड, तर कधी शिंकाळी अडकावण्याचे स्टँड, तसेच पुष्परचनेत. त्यांच्यावर झाडेपण लावता येतात. तेही खूप छान दिसते.

जंगलातून आणलेले लाकूड साफ करणे – प्रथम नको असलेला भाग बारीक करवतीने काढून टाकावा. पण फार कापाकापी करू नये, त्याचे नैसर्गिक सौंदर्य खराब होणार नाही याची काळजी घ्यावी. किडलेला, वाळवी लागलेला भाग शक्यतो घेऊ नये. त्याच्यानंतर गरम पाणी, साबण पावडर, थोडेसे कीटकनाशक घालून लाकूड धुऊन घ्यावे, उन्हात वाळवावे व घरी

शुष्क काष्ठावर रोपण

शुष्क काष्ठावर रोपण

कोरड्या गरम ठिकाणी ठेवावे. त्यावरील या प्रक्रियेने लाकडाच्या आत जी कीड असेल ती निघून जाईल. उन्हात ठेवल्यानंतर ब्रशने घासून घ्यावे. ग्रे वूड असेल तर ते घासू नये, त्यामुळे वरचे कव्हर निघून जाते.

लाकूड रंगवणे – नैसर्गिक रंग नको असेल तर चकचकीत किंवा मॅटफिनिशच्या रंगाने रंगवावे. जर काळा रंग पाहिजे असेल तर न चकाकणाऱ्या काळ्या रंगाने किंवा शू पॉलिशने पेंट करावे. ते समारंभासाठी, डेकोरेशनसाठी वापरणार असाल तर सोनेरी, तांब्यासारख्या किंवा रुपेरी रंगाने रंगवावे. लाकडाचा रंग काही वेळा बदलतो, म्हणून आधी थोड्याशा भागावर लावून पाहावे. तेलपण वापरता येईल.

पॉलिश – शू पॉलिश किंवा फर्निचर वॅक्स हलकी चमक देते. भरपूर मेण किंवा पॉलिश मऊ ब्रशने किंवा कपड्याने लावावे. लावल्यानंतर चोवीस तास ठेवावे आणि अधिक चकाकी हवी असेल, तर परत एकदा हीच प्रक्रिया करावी.

पण हल्ली जंगलतोड वाढली, जंगले कमी झाली आणि असे शुष्क काष्ठ जंगलात मिळणे आता तितकेसे सोपे राहिले नाही. तर मग आपण ड्रिफ्ट वूड घरीच तयार करू या की!

आपल्या बागेतलीही झाडे काही कारणाने वाळवी लागून, खूप वय होऊन मरतात. त्या झाडांच्या आठवणी जतन करून ठेवाव्या असं आपल्याला वाटतं. तेव्हा त्या लाकडी ओंडक्यांपासून, मुळापासून आपण असे लाकडी ठोकळे तयार करू शकतो.

झाडाच्या मुळांपासून, फांद्यांपासून किंवा झाडांवर ज्या ठिकाणी गाठी असतात, त्याचा उपयोग हे शुष्क काष्ठ बनवण्यासाठी चांगला करून घेता येतो. कधीकधी बोन्सायची झाडे मोठी होऊन काही कारणाने मरतात. ती वॉर्निश करून रंगवून वापरली तर, त्यांचे कृत्रिम बोन्साय खूप छान हाते. आपण

तयार केलेले शुष्क काष्ठ

शुष्क काष्ठावर रोपण

वखारीतून वेगवेगळ्या आकाराचे ओंडके मुद्दाम आणूनही ड्रिफ्ट वूड तयार करू शकतो.

वूड प्लँटिंग – वूड प्लँटिंगसाठी बकूळ, कडुलिंब किंवा कडू फळे येणारे करंजसारखे लाकूड वापरावे. एखादा चांगला आकार घेऊन २ ते ३ दिवस पाण्यात बुडवून ठेवावे. साधारण बादलीभर पाण्यात भांडेभर (१ ग्लास) रॉकेल ओतावे. चांगले ओले झाल्यानंतर थोड्या वेळ उन्हात ठेवावे. त्याची साल सुटून येईल ती काढून घ्यावी. नंतर साधारण आकर्षक वळण पाहून त्यावर झाड लावण्यासाठी छिद्र पाडावे. त्याला पाणी जिरण्यासाठीपण छिद्र ठेवावे व त्यांत झाडे लावावीत.

झाडे लावण्याची पद्धत – सुरुवातीला छिद्रावर जाळीचा तुकडा ठेवावा. म्हणजे माती वाहून जाणार नाही. त्याच्यानंतर थोडे शेवाळ ओलावा टिकून ठेवण्यासाठी टाकावे व त्यावर खतमिश्रित माती घालावी. नंतर त्यावर रोप लावून घ्यावे व परत थोडी माती टाकून त्यावर शेवाळ लावावे. म्हणजे माती वाहून जाणार नाही.

त्याच्यावर कुठली झाडे लावाल?

शुष्क काष्ठावर सक्युलंट व ज्याला पाणी कमी लागते अशी झाडे शक्यतो निवडावीत. फॉक्स टेल, आयव्हीचा नाजूक वेल इत्यादी कमी पाण्यात वाढणारी झाडे लावावीत. ऑर्किडपण लावता येतील. ऑर्किड लावायची पद्धत थोडी वेगळी असते. ऑर्किडसाठी छिद्र पाडावे लागत नाही. दोन फांद्यांच्या बेचक्यामध्ये तारेच्या किंवा काळ्या दोऱ्याच्या साहाय्याने शेवाळ बांधावे व त्यावर ऑर्किड ठेवून सुती दोऱ्याने हलक्या दाबाने ते बांधावे. मुळांना दोरा काचणार नाही याची काळजी घ्यावी. हा ओंडका जमिनीवर सावलीत किंवा झाडावर टांगून ठेवावा.

अशा रितीने तयार केलेले शुष्क काष्ठ खूप वेगवेगळ्या पद्धतीने बागेत वापरता येईल. वठलेले मोठे झाड असेल तर ते तसेच हिरवळीमध्ये, सिमेंटमध्ये

बागेत, वाळलेल्या झाडावर सावलीतील रोपे व शिंकाळी लावून केलेली रचना

उभे करावे. त्यावर मॉनस्टेरा मनीप्लँटचे वेल किंवा इतर आकर्षक वेली चढवाव्यात, किंवा शिंकाळी लटकवावीत. समारंभ किंवा कार्यक्रमाच्या वेळी त्यांना सोनेरी किंवा रुपेरी कागद चिकटवून वेगळा परिणाम साधता येतो. प्रसंगी सोनेरी, रुपेरी रंग देऊन आपल्या कार्यक्रमाचा आनंद द्विगुणित करता येतो.

घ्यायची काळजी – रंग उडाला असेल तर वर्षातून एकदा रंगवून घ्यावे. वाळवी लागू नये म्हणून टचवूडचा एखादा हात फिरवावा.

शुष्क काष्ठ रंगवणे – शुष्क काष्ठ रंगवण्यापूर्वी वर सांगितल्याप्रमाणे स्वच्छ करून चांगले उन्हात वाळवून घ्यावे. अनावश्यक वाटणारा भाग करवतीने कापून घ्यावा. आपल्याला तो ओंडका ठरावीक अँगलमध्ये ठेवायचा असेल तर तो तसा स्थिर बसवण्यासाठी बादलीभर पाण्यात आपल्याला हव्या त्या अँगलने

पाण्यात उभा धरून बुडवावा व त्यावर पाण्याच्या लेव्हलवर स्केचपेनने खूण करून घ्यावी. नंतर तो करवतीने कापून घ्यावा. तो एखाद्या लाकडी फळीला किंवा लहान असेल तर पिन होल्डरला चिकटवून घ्यावा.

■

खेळ खेळताना असावी खिलाडी वृत्ती,
पर्यावरणाच्या रक्षणासाठी करावी कृती.

तबकातील बाग (डिश गार्डन)

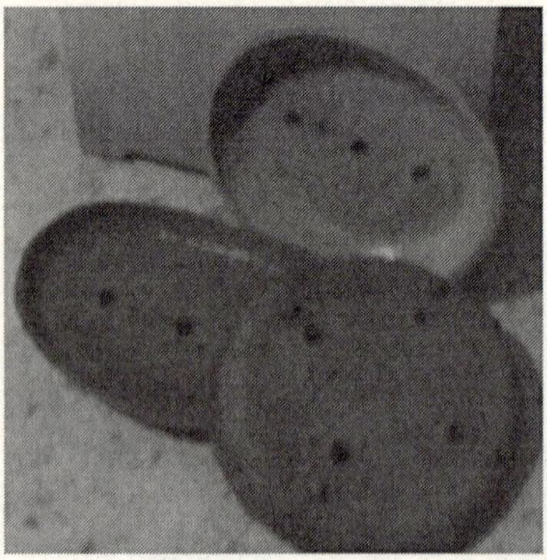

ज्यांना बागेसाठी जागा नाही आणि झाडे लावायची आवड आहे, पण वेळही नाही, अशा नोकरी करणाऱ्या गृहिणी किंवा ज्यांना वेळ नाही अशांसाठी तबक उद्यान (डिश गार्डन) हा प्रकार फार चांगला. अनेक उत्कृष्ट रचना यात आपल्याला करता येतात. कॅक्टस, सक्युलंट प्रकरणात माती कशी तयार करायची, त्यास लागणारी खते व काय काळजी घ्यायची हे आपण पाहिलेच आहे. त्याचप्रमाणे माती तयार करून घ्यावी आणि त्याप्रमाणे सुंदर तबकातील उद्यान तयार करावे. सुट्या-सुट्या छोट्या भांड्यांत कॅक्टस किंवा सक्युलंट खूप लोभसवाणे दिसतात. त्यासाठी

तबक उद्यान

सक्युलंट वापरून केलेल्या तबकातील बागा

संक्रांतींची लोटकी मांडून ठेवल्यास तेही छान दिसते. आपण रॉकरी व डिश गार्डन कशी तयार करता येईल ते पाहू या -

प्रथम बोन्सायसाठी वापरतो तसा विटांच्या एका अंडाकृती आकारात अथवा आपल्याला आवडेल त्या आकारात चिनीमातीचे तबक तयार करून घ्यावे. छिद्रावर प्लॅस्टिकची जाळी ठेवावी. ती हलू नये म्हणून तारेने बांधून घ्यावी किंवा जाळीचा तुकडा वापरला तरी चालेल. त्यावर विटेचा चुरा पसरावा. त्यावर बांधकामाच्या बारीक वाळूचा पाव ते अर्धा इंच थर (ट्रेची उंची असेल त्या प्रमाणात), माती व शेणखत, थोडा कोळशाचा चुरा, अंड्याच्या कवचाचा बारीक चुरा हे मिश्रण तिसऱ्या थरासाठी घ्यावे. यामध्ये कॅक्टस व सक्युलंट एकत्र करून किंवा फक्त सक्युलंट लावून आकर्षक रचना करावी. शेवटच्या थरासाठी दगड-गोटे, विटांचा चुरा, फरशांसाठी वापरतात तो संगमरवर किंवा इतर ग्रॅनाइट वगैरे दगडांचे तुकडे वापरून आपले तबक उद्यान सुशोभित करावे. खूप वेगवेगळ्या आकाराचे, प्रकारचे दगड मिळतात. ते कलात्मकरीत्या लावून आपले तबकातील उद्यान सुशोभित करावे.

■

पृथ्वीवर जर वृक्ष नसतील, तर प्रदूषणाचे अश्व उधळतील.

काचहंडीतील बगिचा (बॉटल गार्डन)

काचहंडीतील बगिचा

बोन्साय, इकेबाना या प्रकारांना जुनी परंपरा व इतिहास आहे. मात्र बॉटल गार्डन (टेरॅरियम) ही अलीकडच्या काळातील कला म्हणजे वसाहतीच्या काळामधली आहे, असे म्हणायला काही हरकत नाही. भारत हा देश अनेकविध वनस्पतींनी समृद्ध आहे. १७-१८व्या शतकात ब्रिटिशांचे साम्राज्य होते त्या वेळी विमानांचा वापर नव्हता. सर्व वाहतूक जलमार्गाने होत होती. अशा वेळी भारतातून वेगवेगळ्या औषधी वनस्पती, ऑर्किड, नेचे ब्रिटनला नेणे अशक्य असायचे. बोटीचा प्रवास सुद्धा ३-३ महिने करावा लागत असे. व्हिक्टोरिया राणीच्या काळामध्ये नॅथानिअल नावाच्या वनस्पती शास्त्रज्ञाने काचहंडीतील बगिचा ही पद्धत प्रथम शोधली. त्यांनी भारतातील अनेक प्रकारच्या वनस्पती व ऑर्किड बाटल्यांमध्ये भरून ब्रिटनला नेल्या. हीच बॉटल गार्डनची सुरुवात.

इंग्लंडमध्ये व्हिक्टोरिया राणीच्या काळामध्ये टेरॅरियम घरात किंवा बागेत ठेवणे ही एक प्रतिष्ठेची व अभिमानाची बाब होती. तिला सजावटीची वस्तू म्हणून ठेवले जायचे. Wardian cases म्हणून या काचहंडीतील बागा ओळखल्या जात असत. काचेचे डबे तयार करून ते नाजूक झाडांना इकडून तिकडे नेण्यासाठी वापरले जात.

हा प्रकार गार्डनप्रेमींना मिळालेली सुंदर देणगी आहे. देखभालीचा अजिबात त्रास नाही. एकदा हंडीमध्ये झाडे लावली की, झाडे तशीच राहू शकतात. फक्त झाडांची निवड योग्य रितीने केलेली असावी. आमच्या क्लबमध्ये कुलकर्णी नावाचे गृहस्थ आहेत. त्यांनी एक हंडी ५-६ वर्षे उघडली नाही, तरी आत लावलेली झाडे

जिवंत व ताजी होती. त्यामध्ये त्यांनी हळू वाढ असलेला पाम लावलेला होता. बाटलीत लावलेली झाडे निवडताना हळू वाढणारी, जास्त उंच न वाढणारी अशी निवडावीत. सूर्यप्रकाश जेव्हा कमी पडतो, तेव्हा कृत्रिम प्रकाश देऊनही झाडे वाढवता येतात. फक्त त्याच्या उष्णतेचा झाडावर परिणाम होणार नाही याची काळजी घ्यावी.

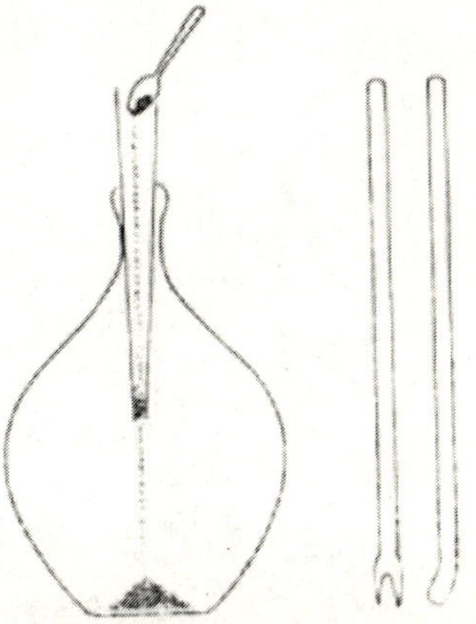

काचहंडी भरावयाची पद्धत व साधने

प्रकार एक – रुंद बरणीमध्ये किंवा मत्सालयाच्या टाकीत आपण हाताने सहजपणे चांगली मांडणी करून झाडे लावू शकतो. पण अरुंद तोंडाच्या बाटलीमध्ये झाडे लावताना जरा कसरत करावी लागते. त्यासाठी लागणारी साधने आपणच तयार करावी. ती बाजारात मिळत नाहीत. पण थोड्याशा प्रयत्नांनी हे चांगल्या प्रकारे जमू शकते. लांब तार किंवा छत्रीच्या काड्यांच्या साहाय्याने ही साधने आपण तयार करू शकतो.

छत्रीच्या काडीच्या टोकाला ब्लेड बांधून कटर तयार करावे व चमचा बांधून फावडे तयार करावे. दोन काड्या वापरून चिमटा तयार करावा व प्लॅस्टिकच्या नळीच्या तोंडाला फनेल (नरसाळे) लावून बाटलीत माती-विटांचा चुरा घालण्यासाठी उपयोग करावा. त्यामुळे माती आजूबाजूला न उडता बरोबर तळात टाकली जाते. नंतर चमचा लावलेल्या काडीने ती तळात पसरावी. हल्ली बोन्सायसाठी छोटी अवजारे मिळतात. त्यांनाही काठी लावून ती हंडीतील बागेसाठी वापरता येतील. सर्वांत सोपी पद्धत म्हणजे झाडाच्या मुळाला थोडा चिखल लावावा व वरून मॉस लावून काळ्या कॉटनच्या दोऱ्याने चांगले लपेटून बांधावे. नंतर ते रोप अलगद बाटलीत सोडावे. ते हव्या त्या जागी काठीने सरकावे व वरून ओलसर माती नरसाळ्याच्या साहाय्याने सोडून रोप लावावे. ही पद्धत जास्त सोईस्कर आणि खात्रीने यशस्वी होणारी आहे.

हंडीतील बाग करताना कोरडी माती, विटांचा चुरा, कोळसा कोरडे न वापरता जरासे पाणी शिंपडून, ओले करून घ्यावे. त्यामुळे धुळीने बाटली खराब होणार नाही व झाडे लावण्यासाठी तयार केलेला खड्डा माती ओली असल्यामुळे बुजणार नाही. प्रथम तळाला एक ते दीड इंचाचा वाळूचा थर ओला करून पसरावा. अर्धा इंचाचा साधारण विटांचा चुरा पसरावा. त्यानंतर कोळशाचा चुरा व नंतर खतमाती किंवा बोन्सायसाठी तयार केलेली माती पसरावी. नंतर वरील प्रमाणे रोप तयार करून

काचेची पेटी व काचेच्या बाटल्या

सोडावे व पुन्हा खतमाती सोडून झाड चांगले दाबावे. वर हवा तो शेवटचा थर टाकून सजवावे. काचेचे गोटे, दगड, शंख, शिंपले टाकून आपली बॉटल गार्डन सजवावी. हंडीतील बाग दोन प्रकारे करता येते – १. बंद बाटलीतील, सील न करता २. रुंद तोंडाची बरणी किंवा काचेच्या भांड्यामध्ये केलेली रचना. हंडीची काच पातळ आणि स्वच्छ असावी.

साहित्य – १. बांधकामाची किंवा समुद्राची वाळू, २. कोळशाचा बारीक चुरा, ३. बोन्सायच्या मातीचा थर, ४. खतमाती, जंतुनाशक (बी.एच.सी. रोगर), ५ थेंब.

झाडाची निवड – बाटलीत फुलझाडे लावता येत नाहीत. कारण त्यांना भरपूर सूर्यप्रकाश लागतो. झाडाची निवड करताना ज्याच्या फांद्या फार कडक नाहीत, ज्यांना सूर्यप्रकाशाची गरज नाही व जी दमट जागेत वाढू शकतात अशा पेपरोमीया, पीलीया फर्न, स्नो बुश, अरेलीया रिप, चायना ग्रास, अशी छोट्या जातीची झाडे निवडावीत.

टेरारियम

वनस्पती आपले अन्न आपणच तयार करतात. या प्रक्रियेस कर्बग्रहण क्रिया (फोटोसिंथेसिस) असे म्हणतात. यात झाडे कार्बन डाय ऑक्साइड वायू व पाणी वापरून साखर तयार करतात व प्राणवायू सोडतात. श्वसन प्रक्रियेत प्राणवायूचा संयोग साखरेबरोबर होऊन कार्बन डाय ऑक्साइड वायू व पाण्याची वाफ बाहेर सोडली जाते. या दोन्ही प्रक्रिया बाटलीमध्ये होत असल्यामुळे बाटलीत झाडे लावावीत. दिलेल्या थोड्याशा पाण्याचा उपयोग वनस्पती बराच काळ

टेरारियमसाठी लागणारी वेगवेगळ्या आकाराची भांडी

करू शकतात. त्यामुळे बंद बाटलीतील झाडे ऑक्सिजन अभावी गुदमरून कधीच मरणार नाहीत. तरी पण कार्बन डाय ऑक्साइडचा उपयोग अन्न तयार करण्यास झाल्यामुळे हळूहळू बाटलीत कार्बन डाय ऑक्साइड वायू कमी होईल. त्यामुळे कर्बग्रहण प्रक्रियेत अडथळा येईल म्हणून बाटलीत नवीन हवा जाण्यासाठी बाटलीचे बूच उघडावे. मात्र या वेळी बाटलीच्या तोंडावर विरळ कपडा टाकावा. त्यामुळे बाटलीत कीटक किंवा बुरशीचे किटाणू जाणार नाहीत. बाटली २ ते ३ महिन्यांनतर बूच उघडून ८ ते १० तास उघडी ठेवावी थोडे पाणी कमी असेल तर टाकावे व नंतर परत बंद करावी.

प्रकार दुसरा – लॅन्डस्केप करायचे झाल्यास बरणीचा तळ रुंद असावा. मत्स्यालयाचा चौकोन लॅन्डस्केपसाठी चांगला. प्रथम साधारण बूड झाकेल इतपत

माशाच्या पेटीमध्ये केलेले टेरारियम

समुद्राच्या वाळूचा किंवा बांधकामाच्या वाळूचा पहिला थर घालावा. नंतर कोळशाचा बारीक थर घालावा. कोळसा माती स्वच्छ करण्याचे काम करतो. अस्वच्छ पदार्थ तो शोषून घेतो. नंतर बोन्सायच्या मातीचा थर टाकावा. नंतर झाडे दगडांच्या साहाय्याने लावावी व शेवटचा थर टाकावा. एखादे घर, झोपडी, मनुष्य आकृती व मंदिर ठेवून देखावा पूर्ण करावा.

पाणी देणे – उन्हाळ्यात १५ दिवसांनी एकदा, इतर वेळा महिन्यातून एकदा.

खते – ३ महिन्यातून एकदा खतांचा फवारा देणे. पेन्टाकोला, सुफला.

जंतुनाशके – १ वर्षांनी पुनर्भरण करावे. २ ते ३ महिन्यांनी छाटणी करून ठरावीक उंची सांभाळावी.

उन्हात ठेवायची अजिबात आवश्यकता नाही. पण प्रकाश भरपूर मिळेल अशा ठिकाणी घरात कुठेही ठेवू शकता. फक्त भांड्यांची दिशा बदलत रहावी म्हणजे झाड एकाच दिशेने वाढणार नाही. कृत्रिम प्रकाशही चालू शकतो.

■

वृक्षवल्ली आम्हा सोयरे वनचरे.

विभाग- २

वामनवृक्ष (बोन्साय)

लोकसंख्येची अतोनात वाढ, जागेची कमतरता या कारणांनी मानवाचा निसर्गाशी सहवास कमी झाला आणि आता तर काँक्रीटच्या जंगलामुळे, फ्लॅटच्या संस्कृतीमुळे घराभोवती बागेची हौसपण भागेनाशी झाली आहे. पण या परिस्थितीवरही मानवाने मात केली. मोठ्या झाडांना 'बटुरूप' देऊन निसर्गालाच आपल्या बाल्कनीत व बैठकीत आणले. निसर्गाच्या सहवासाच्या आवडीपोटीच 'बोन्साय', 'हंडीतील बाग', 'इकेबाना' पुष्परचना इत्यादी कलांचा जगभर प्रसार झाला.

'बोन्साय' हा शब्द आता सर्वांच्याच चांगला परिचयाचा झाला आहे आणि बऱ्याच उद्यानप्रेमी लोकांचा तो कुतूहलाचा विषय आहे. निसर्गातील पूर्ण वाढ झालेल्या मोठ्या वृक्षांची कलात्मक रितीने वाढवलेली छोटी जिवंत प्रतिकृती अशी 'बोन्साय'ची व्याख्या केली जाते. पण 'बोन्साय' या जपानी शब्दाचा अर्थ 'उथळ तबकात लावलेले झाड' असा आहे. मराठीत त्याला 'वामनवृक्ष' हा शब्द योग्य वाटतो.

'बोन्साय' ही एक शिल्पकलेप्रमाणे सुंदर कला आहे. एखादा शिल्पकार किंवा चित्रकार सुंदर कलाकृती ज्याप्रमाणे तयार करू शकतो, त्याप्रमाणे बोन्सायप्रेमी निसर्गातील मोठ्या झाडांना कलात्मकरीत्या छोटे रूप देऊन छोटी-छोटी झाडे तयार करून छोट्या ट्रेमध्ये निसर्गाचे जिवंत सुंदर रूप साकार करू शकतो.

या कलेचे मूळ उगमस्थान चीन व जपान मानले जातात. भारतीयांनासुद्धा प्राचीन काळापासून ही कला अवगत होती. अथर्व वेदातील श्लोकात याचे पुरावे

आपल्याला सापडतात. ऋषी-मुनी वनौषधींसाठी लागणारी झाडे जंगलातून आणून आश्रमात लावीत. ती टिकून राहावी म्हणून खुरटी करत असत. बौद्ध धर्माच्या प्रसाराबरोबर या विद्येचा प्रसार, इतर अनेक विद्यांप्रमाणे भारताबाहेर प्रथम चीन आणि नंतर जपानमध्ये झाला असावा. अशोकाची मुलगी संघमित्रा हिने बोधिवृक्षाची फांदी सिलोनमध्ये प्रथमत: नेली. ती बहुधा अशा प्रकारे जतन करून नेली असावी. तरीपण चीन बोन्साय कलेचा जनक मानला जातो. तिथून ती कला जपानला गेली.

जपानने मात्र आपल्या चिकाटीने, निसर्गाच्या सूक्ष्म निरीक्षणातून बोन्साय कलेमध्ये केलेल्या प्रगतीचे जेवढे कौतुक करावे, तेवढे थोडेच आहे. आज त्यांच्याकडे दीडशे, दोनशे वर्षांचे बोन्साय वृक्ष आहे. एका पिढीकडून दुसऱ्या पिढीकडे ते वारश्याने दिले जातात. आज या कलेचा जगभर प्रसार झालेला आहे.

असं म्हटलं जातं की, सर्व कला या बहिणींप्रमाणे असतात. बोन्साय व इकेबाना शैलींमध्ये बरेच साम्य आहे. जपानमध्ये बोन्साय कलेला साधारण बाराव्या शतकात सुरुवात झाली असावी, असे मानले जाते. तर 'इकेबाना' या कलेची सुरुवात सहाव्या शतकात म्हणजे बौद्ध धर्माच्या आगमनाबरोबर झाली. बौद्ध धर्म इ.स. पूर्व सहाव्या शतकात स्थापन झाला. कुठल्याही कलेची प्रगती होण्यासाठी त्या देशात शांतता व समृद्धी असावी लागते, तरच कलेचा विकास होतो. भारतातील गुप्त काळाप्रमाणेच जपानमध्ये मुरोमाची रंजक कारकिर्दीत (१३९२ ते १४९० या काळात) इकेबाना व बोन्साय कलांचा विकास झाला. इकेबाना या कलेने तर या काळात प्रगतीचा उच्चांक गाठला आहे. बोन्साय कलेची खरी प्रगती गेल्या दोन शतकांतीलच आहे. विशेष करून दुसऱ्या महायुद्धानंतर दळणवळणाची साधने खूपच जलदगतीने वाढली. त्यामुळे लोकांच्या विचारांची, कलांची देवाण-घेवाण जास्त वेगाने चालू झाली. जग जास्तच जवळ येऊ लागले आणि इतर कला, साहित्य, शास्त्रीय शोधांप्रमाणेच बोन्सायचा जगभर प्रसार झाला. आज जगभर या कला शिकवण्याच्या शिक्षण संस्था आहेत आणि आता तर टीव्ही, फोन आणि इंटरनेटच्या युगात बोन्साय कलेतील नवीन नवीन तंत्रे, अभ्यास, शोध यांचा चटकन प्रसार होतो. हल्ली शहराशहरांतून बोन्साय क्लब, इंडो-जापनीज शिक्षणसंस्था वगैरे स्थापन झालेल्या दिसताहेत. दरवर्षी प्रदर्शने भरवून या कलेचा प्रसार होतो आहे आणि लोकांमध्ये आवडही उत्पन्न होत आहे. ही काळाची गरजपण असू शकेल. कारण निसर्गाचा सहवास माणसाला दुर्मीळ होत चालला आहे आणि निसर्गाची ओढ, आवड जागेअभावी व शहरी संस्कृतीमुळे पुरी होऊ शकत नाही. म्हणूनच या कलांचा प्रसार झपाट्याने जगभर होत चालला आहे व या कला लोकप्रियता मिळवत आहेत.

निसर्गातल्या मोठ्या झाडांचं हे जिवंत बटुरूप पाहून अगदी अरसिक माणूससुद्धा

वेडा होऊन जातो. या कलेच्या छंदामुळे मनाला निसर्गाचा लळा लागतो. निसर्ग निरीक्षणाची सवय लागते. मनुष्य सुख, दुःख, चिंता, क्लेश सारंकाही विसरून जातो.

बोन्साय कलेबाबत असेही म्हटले जाते की, झाडाची वाढ खुंटवणे, मुळे कापणे, त्यांच्या वाढीला प्रतिबंध करणे ही एक प्रकारची क्रूरता आहे आणि या क्रूरतेतून आनंद उपभोगणे म्हणजे विकृति. पण हा आक्षेप अगदी चुकीचा आहे. ज्यांना बागकामाविषयी, झाडांविषयी माहिती आहे, असे लोक असा आक्षेप घेणार नाहीत. आपण बाग तयार करताना झाडांना वेगवेगळा आकार देण्यासाठी, गुलाबाला फुले येण्यासाठी, द्राक्षांना फळे येण्यासाठी छाटणी करतोच. नको असलेले गवत, रानटी झाडे काढून टाकतोच. मग ही सगळीपण क्रूरताच आहे. मुळांनी जेव्हा कुंडी भरते तेव्हा आपण बागेतल्या कुंडीचे पुनर्भरण करतो. मुळे छाटल्याशिवाय कुंडीतली रोपे चांगली वाढत नाहीत. त्यासाठी आपण मुळांची छाटणी करून कुंडी भरतो. मग हीपण क्रूरताच म्हटली पाहिजे. असे म्हणणारे लोक, जेव्हा जंगलतोड होते, रस्त्यावरची झाडे कापली जातात तेव्हा काय करतात? हे सर्व आरोप अगदी बिनबुडाचे आहेत.

याउलट बोन्सायप्रेमी लोक झाडाला आपल्या मुलांप्रमाणे जपतात. त्याला खतपाणी घालून जोपासना करतात. तेवढी आत्मीयता व प्रेम इतर झाडांना कोणी देऊ शकत नाही; अगदी बोन्साय म्हणजे क्रूरता असे म्हणणारे लोकसुद्धा. पण हे आक्षेप घेणारे आपल्या जिभेने मात्र अनेकांना घायाळ करतात हे सांगणे नकोच.

बोन्सायसाठी झाडे निवडताना लहान पानांची सदाबहार व आकर्षक झाडे, खोडे आणि सालीची आवरणे असणारी झाडे निवडावीत. बोन्साय म्हटलं की, एकच झाड बहुतेकांच्या डोळ्यासमोर उभे राहतं, ते म्हणजे वडाचे पारंब्या फुटलेले. वडाच्या झाडाचे लवकर आकर्षक बोन्साय होते. त्या शिवाय इतर अनेक फळा-फुलांच्या झाडांचेसुद्धा सुंदर बोन्साय होऊ शकते. ही रोपे आपल्याला नर्सरीतून तसेच बियांपासून वेगवेगळी कलमे करून मिळवता येतात. सगळ्यात चांगले रोप मिळवण्याचा मार्ग म्हणजे जंगलातून, खडकाच्या कपारीत, डोंगर-दऱ्यातून अनेक खुरटलेली रोपे आपल्याला पाहायला मिळतात. इतकेच काय, पण घराच्या भिंती, कंपाउंडवर, जन्या बांधकामावर अनेक झाडे उगवलेली असतात. ती खूप दिवसाची खुरटलेली असतात. ती सर्वांत जास्त चांगली. अशी रोपे जून-जुलैमध्ये मुळांना धक्का न लावता काढावीत व ती सहा महिने ते एक वर्ष कुंडीत लावावीत. भरपूर मुळे फुटल्यावर ती बोन्साय करायला घ्यावीत. गुटी कलम, दाब कलम यांपासूनही बोन्सायची चांगली रोपे मिळतात.

झाडांचे शेंडे कापल्यानंतर न जगणाऱ्या झाडांचे बोन्साय होत नाही. जसे,

नारळ, केळी, पपई, पाम वर्गातील झाडे. हंगामी झाडांचेही बोन्साय होत नाही.

ज्युनीपर, ख्रिसमस, क्युप्रेसिस यांसारख्या झाडांची छाटणी न करता पाने खुडून आकार द्यावा लागतो. आकारावरून बोन्सायचे चार भागांत वर्गीकरण केले जाते.

ॲडानियम

१. बेबी बोन्साय - ५ ते १५ सें.मी. (साधारण ६ इंचापेक्षा कमी) उंचीचे. योग्य झाडे – स्नो बुश, अरेलिया, ऑक्सालीस, मिनी एक्झोरा, मिनी चेयर, डाळिंब, वड, पिंपळांचेही बेबी बोन्साय करता येते.

२. लहान आकार – १५ ते ३० सें.मी. (साधारण ६ ते १२ इंच) उंची असणारे. योग्य झाडे - हॉथार्न, दुरांडा, कामिनी, सेरसा वगैरे.

३. मध्यम आकार – ३० ते ५४ सें.मी. (साधारण ६ ते १२ इंच) उंची असलेले. योग्य झाडे – बोगनवेल, ज्युनीपर, क्रिसमस, आंबा, वड, पिंपळ, इ.

४. मोठा आकार – ६० ते १२० सें.मी. (साधारण २४ इंच) पेक्षा जास्त उंची असणारे व चार फुटांपर्यंत तसेच खोडाचा आकार, फांद्यांचा विस्तार यावरून अनेक शैलींमध्ये वर्गीकरण केले जाते.

१. सरळ खोडाचा (Formal Upright)

२. वेड्यावाकड्या खोडाचा बाकदार (Informal Upright)

३. तिरकस शैली (Slanting)

४. झुकलेल्या खोडाचा (Semi Cascade)

५. वाऱ्याच्या दिशेने झुकलेला (Windswept)

६. आडव्या खोडाचा (Raft)

७. दुहेरी खोडाचा (Twin trunk)

८. तिहेरी खोडाचा (Multi trunk)

९. पूर्ण झुकलेल्या खोडाचा (Formal Cascade)

राफ्ट स्टाइल (फायकस पांडा)

१. सरळ खोडाचा
(Formal Upright)

२. वेड्यावाकड्या खोडाचा बाकदार
(Informal Upright)

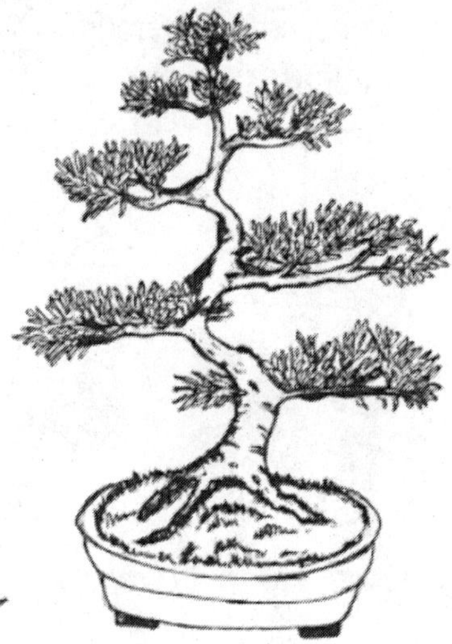

३. तिरकस शैली (Slanting)

४. अर्धवट झुकलेल्या खोडाचा
(Semi Cascade)

५. पूर्ण झुकलेल्या खोडाचा
(Formal Cascade)

६. आडव्या खोडाचा
(Raft Style)

७. दगडावर मुळे असलेला
(Roots Over Rock Style)

माती – सर्वांत महत्त्वाचा भाग म्हणजे बोन्सायची माती तयार करणे. एक पाटी शेणखत चांगले कुजलेले, एक पाटी गाळाची माती व एक पाटी विटांचा चुरा असे एकत्र करून ती चार प्रकारच्या चाळण्यांतून चाळून घ्यावी लागते. अगदी बारीक डस्ट असते ती काढून टाकावी. ती मुळांना चिकटून राहते. त्यामुळे मुळे सडण्याचा संभव असतो.

भांडे / कुंडी – बोन्सायसाठी पसरट आकाराचे भांडे वापरावे. दोन ते अडीच इंचापेक्षा अधिक उंचीचे भांडे बोन्सायसाठी योग्य मानले जात नाही. भांडे चिनीमातीचे किंवा मातीचे असावे. प्लॅस्टिक किंवा सिमेंटचे भांडे शक्यतो वापरू नये. कारण त्यातून पाण्याचा व्यवस्थित निचरा होत नाही. ठरावीक आकाराच्या भांड्यांसाठी, झाड लावण्यासाठी ठरावीक जागा असतात. जपानमध्ये गोल आकाराची भांडी बोन्सायसाठी वापरली जात नाहीत. याबाबत बोन्साय तज्ज्ञ निकुंज पारेख म्हणतात की, 'Round shape is perfect shape. Man is not perfect, so round shape is not suitable for Bonsai.' (गोलाकार या परिपूर्ण आकार आहे, आणि माणूस परिपूर्ण नसल्याने, गोलाकार हा बोन्सायसाठी उपयुक्त नाही.)

कुंडी भरण्यासाठी लागणारे साहित्य – बागेची माती, विटांचा चुरा, शेणखत, गांडूळखत, शेवाळ, वाळू इत्यादी.

झाडे लावणे – रोपांची निवड, माती, भांडे यांची तयारी झाल्यावर झाड लावण्यास घ्यावे. पसरट भांड्यामध्ये झाडाची जागा निश्चित झाल्यानंतर प्लॅस्टिकची जाळी टाकून घ्यावी. आधारासाठी तार छिद्रातून ओवून घ्यावी. नंतर बोन्सायच्या मातीचा पहिला (आधार) थर एक इंच जाडीचा टाकावा. हा सगळ्यात जाड थर असतो. त्यानंतर मधल्या थराची थोडीशी माती टाकावी. ही त्याच्यापेक्षा थोडी बारीक असते. नंतर तारेच्या साहाय्याने झाड घट्ट रोवावे आणि नंतर परत एक इंच मधल्या थराची माती टाकून शेवटी बारीक माती टाकावी. झाडाची वाढ ही खालच्या दोन थरातच होते. पाणी देण्यासाठी एका टबात एक ते दीड इंच पाणी भरून, त्या टबात तयार केलेली बोन्सायची कुंडी ठेवावी. पहिल्यांदा पाणी देताना टबामध्ये कुंडी ठेवून पाणी दिले जाते. नंतर झारीने दिले तरी चालते.

तारेचा उपयोग – तारेचा उपयोग दोन प्रकारे केला जातो. झाडाला आधार देण्यासाठी आणि फांद्यांना आकार देण्यासाठी, मात्र गुंडाळलेली तार झाडावर व्रण पडेपर्यंत ठेवू नये.

खते – पहिले तीन महिने खत देण्याची आवश्यकता नसते. मातीत मिसळलेले खत पुरेसे होते. त्यानंतर स्टेरामील रिंग करून, साधारण दोन मोठे चमचे थोडीशी बी.एच.सी. लावून बांगडी पद्धतीने घालावे. तसेच थोडासा सुफला पाण्यात मिसळून ही दोन्ही खते आलटून-पालटून महिन्याच्या अंतराने द्यावीत. फवारे मारूनही

द्रवरूप खते दिली जातात.

पाणी देणे – उन्हाळ्यात दोन वेळा, हिवाळ्यात एक दिवसाआड झारीने पाणी द्यावे. माती वाहून जाणार नाही याची काळजी घ्यावी.

बोन्सायची काळजी

१. बारानंतरच्या उन्हात बोन्साय ठेवू नये.

२. तसेच पूर्ण पावसातही बोन्साय ठेवू नये.

३. फार वेळ एअर कंडिशनिंगमध्ये झाडे ठेवू नयेत.

४. झाडांवर मावा, चिकटा, पाने खाणारी अळी, बुरशी, वाळवी, पिठ्या ढेकूण अशा बऱ्याच किटाणूंचा प्रादुर्भाव होऊ शकतो. यासाठी कीटकनाशकांची फवारणी करावी. रोगर व मॅलेथियॉन आलटून-पालटून एक महिन्याच्या अंतरावर मारावीत.

एवढी काळजी घेऊन आपण आपली बोन्साय सुंदर बनवू शकतो. मानवाच्या निर्मितीपासून झाडाचे व मानवाचे अतूट नाते आहे. थोड्याशा सहवासाने ते तुमचे मित्र बनतील. या चिमुकल्या झाडांमध्ये सुख-दुःख विसरून जाल आणि निर्मितीचा एक वेगळाच अनुभव घ्याल.

■

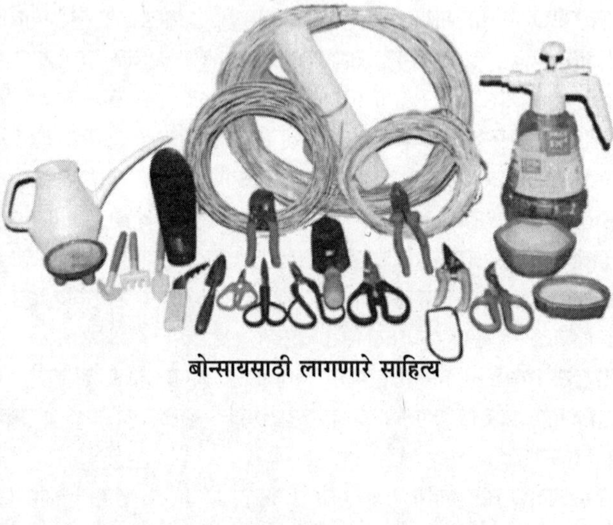

बोन्सायसाठी लागणारे साहित्य

अष्ट दिशांना उधळा बीजे, फळाफुलांनी बहरू दे,
सौंदर्याने नटु दे सृष्टी, श्रेय नसे हो ह्या परते.

भित्तिचित्र (बोन्साय म्युरल)

असे म्हणतात, निसर्गासारखा जादूगार नाही; निसर्गासारखा किमयागार नाही. निसर्ग प्रत्येकाच्या मनाला भुरळ घालत असतो. एकदा हिमालयात जाऊन आलेली व्यक्ती पुन्हा पुन्हा हिमालय पाहायला, तिथले निसर्गसौंदर्य लुटायला उत्सुक असते. म्हणून म्हटलं जातं, आपण हिमालयात जात नाही, तर तो पुन्हा पुन्हा आपल्याला बोलावतो.

प्रत्येक स्थानाचे सृष्टिसौंदर्य हे वेगळेच असते. एका डोंगरासारखा दुसरा डोंगर नसतो, तर एका नदीसारखी दुसरी नसते. तरी प्रत्येकाचे सौंदर्य काही वेगळेच असते. निर्मिती करणाऱ्या परमेश्वराचे कौतुक करावे तेवढे कमी. माणूस हा निसर्गाचाच एक घटक असल्यामुळे त्याची ही निसर्गाची ओढ स्वाभाविकच असावी.

पण हल्ली धकाधकीच्या काळात माणसांची संख्या वाढली आणि काँक्रीटची जंगलेपण वाढली. निसर्गसुखाला माणूस वंचित होऊ लागला. एखाद्या झाडाला किंवा लाकडाला वाळवी लागावी आणि ते लाकूड किंवा झाड विद्रूप होऊन त्याची

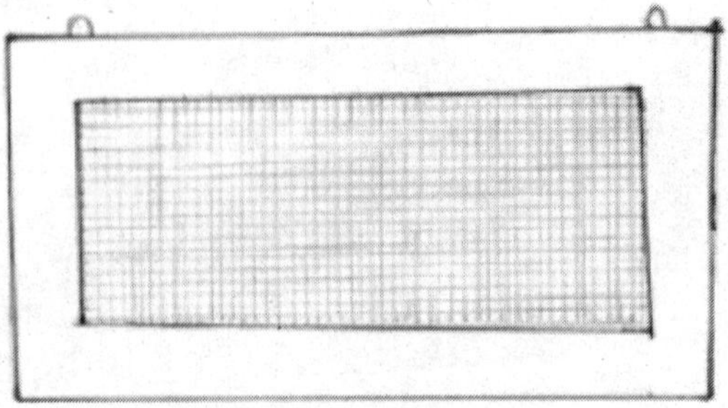

तारेची जाळी लावलेली अल्युमिनीयमची फ्रेम (चौकट)

जशी अवस्था होते तशी माणसाने या पृथ्वीची अवस्था करून टाकलेली आहे आणि निसर्गाचा नाश करणे चालविले आहे.

आज मानवाला निसर्गाचे सान्निध्य दिवसेंदिवस दुर्मीळ होऊ लागले आहे. निसर्गाचं सान्निध्य मिळावं म्हणून आपण घराभोवती बाग करतो. फार्महाउस बांधतो. निसर्गरम्य ठिकाणी सहली काढून आपण आपली हौस भागवत असतो. तरीपण प्रत्येकाला एवढा वेळ मिळतोच असे नाही. त्यासाठी मानवाने निसर्गालाच आपल्या सान्निध्यात ठेवण्याचा प्रयत्न केला. मोठ्या झाडाला बटुरूप देऊन, मोठ्या वृक्षाच्या सहवासाचा आनंद मिळवायचा प्रयत्न केला. फुले घरात आणून, लावून त्यांच्या सुंदर रचना करून 'इकेबाना' या शास्त्रशुद्ध कलेला जन्म दिला.

अशा प्रकारे मानव या ना त्या प्रकारे निसर्गाच्या सान्निध्यात राहण्याच्या प्रयत्नात असतो. निसर्गाचे सान्निध्य त्याला सुखावते, विरंगुळा देते, समाधान देते, मनाला शांती देते, सुख-दुःख विसरायला लावते.

इकेबाना, बोन्साय, लँडस्केप पेंटिंग या कलांचा उदय या गरजेपोटी झाला आणि त्याची आज जगभर वाढ झाली.

घरातसुद्धा भिंतीवर आपण मोठमोठ्या कलाकारांच्या कुंचल्यातून साकारलेली निसर्गचित्रे लावतो आणि म्हणतो, 'हे पहा, हे चित्र किती सजीव आहे. हे झाड किती सजीव आहे. हे झाड किती जिवंत वाटतं! या वेली, ही फुलं अगदी खरी वाटतात.' पण खरंच हा निसर्ग जिवंत झाला तर? ही झाडे, पाने, फुले जिवंत असती तर? ही कल्पना तुम्हाला अगदी अशक्य वाटते ना? पण नाही, खरोखर जिवंत झाडांचं, फुलं-फळं येणाऱ्या झाडाचं अगदी जिवंत भित्तिचित्र आपण तयार करू शकतो आणि ही अद्भुत कल्पना प्रत्यक्षात आणू शकतो.

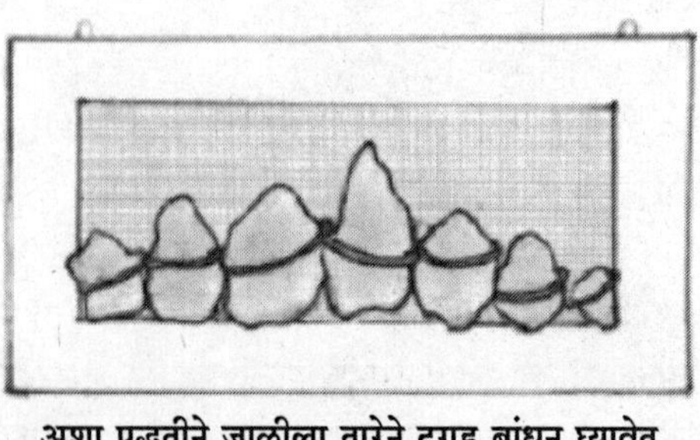

अशा पद्धतीने जाळीला तारेने दगड बांधून घ्यावेत

भिंतीवरील चित्रात

लावलेली झाडं आपण ५ ते ६ वर्षं आरामात जिवंत ठेवू शकतो. त्यांना पाने, फुले, फळे आणू शकतो, हे स्वप्न नाही सत्य आहे.

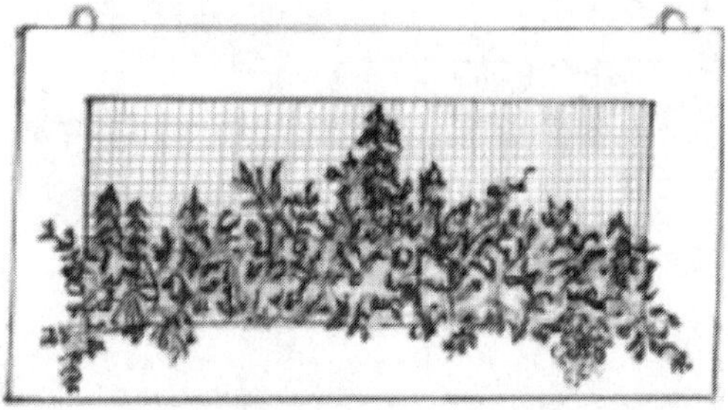

उंच झाडे मागच्या बाजूला दगडाच्या खाचेमध्ये लावावीत

चीन हा देश बोन्साय कलेचा जनक मानला जातो. नतंर ती कला जपान्यांनी अवगत केली आणि आज सर्व जगभर या कलेचा प्रसार व प्रचार होत आहे. अनेक बोन्साय कलेचे प्रकार आज निर्माण केले जातात. उदाहरणार्थ, 'ट्रे- लँडस्केप', 'साइकाइ', 'रॉक स्टाइल्स', 'बुजीन' या सर्व पद्धती जपान्यांनी निसर्गाचे सूक्ष्म अवलोकन करून निर्माण केल्या. त्यांचं कौतुक करावं तेवढं कमीच. पण भित्तिचित्राची ही कल्पना मात्र एकदम भारतीय. आणि अभिमानानं सांगावसं वाटतं की, पहिले भित्तिचित्र मुंबईच्या निकुंज पारेख आणि ज्योती पारेख या दांपत्याने तयार केले आणि आजही सात-आठ वर्षानंतर, त्यांच्या बोन्साय गार्डनमध्ये ते व्यवस्थित आहे. हे बोन्साय कलेच्या इतिहासातील पहिलेच भित्तिचित्र होय.

हे भित्तिचित्र तयार करायला तुम्हाला बोन्साय कलेची माहिती करून घ्यायला हवी. तुम्हाला चांगली बोन्साय करून वाढविता आली तर हे भित्तिचित्र करायला अजिबात कठीण जाणार नाही. थोडेसे निसर्गप्रेम आणि निसर्गचित्राविषयी थोडे ज्ञान असेल तर दुधात साखर!

याच्यासाठी लागणारे साहित्य म्हणजे बोन्सायची तयार लहान-मोठी दोन-तीन झाडे. त्यात एखादं फळ येणारं, एखादं फूल येणारं व एखादं सदाबहार असावं. तसेच काही शुष्क काष्ठाचे तुकडे किंवा खंगरच्या साहाय्याने ही फ्रेम तुम्ही तयार करू शकता.

एक ॲल्युमिनियमची जाळी असलेली फ्रेम तयार करून घ्यावी. साधारण पावडर कोटेड असावी म्हणजे गंजणार नाही. त्याला तारेच्या साहाय्याने दगड व झाडे बांधून घ्यावी. त्यावर बागेतील मातीचा थर द्यावा. बोन्सायची मुख्य झाडे लावून झाल्यानंतर मांडूगवत, बेबी टेअर, इफोरबियामीली, रिफ अशा छोट्या-छोट्या वनस्पती लावाव्यात. अशा रितीने भित्तिचित्र तयार करावे. झाडे लावल्यानंतर एक महिना फ्रेम आडवीच ठेवावी. झाडे चांगली रुजली की, ती हवी तिथे टांगून ठेवावी. याला साधारण एक ते दीड महिन्याचा अवधी लागतो.

त्याला पाणी, खते बोन्सायप्रमाणे स्प्रे करावे. हे चित्र तुम्हाला भिंतीवर किंवा

व्हरांड्यात सकाळी जिथे उन्हाची कोवळी किरणे येतात त्या ठिकाणी किंवा दिवाणखान्यात लावता येईल.

बघा एकदा प्रयोग करून, जिवंत निसर्गचित्र तुमच्या दिवाणखान्यातल्या भिंतीवर. आहे की नाही मजेदार कल्पना!

■

पाणी वाचवा, पाणी अडवा, सृष्टी व जीवन सुंदर घडवा.

तबकातील देखावा (ट्रे लँडस्केप)

तबकातील नैसर्गिक रचना

निसर्ग मानवाच्या जीवनातील महत्त्वाचा घटक आहे. निसर्गाचा सहवास माणसाला सुखावतो. माणूस हा निसर्गप्रिय प्राणी आहे, हे त्याच्या अनादिकालाच्या इतिहासावरून दिसून येईल. आर्यांनी भारतात सिंधू नदीच्या काठी निसर्गरम्य ठिकाणी वसाहत केली. जुनी प्राचीन मंदिरेसुद्धा आपल्याला निसर्गरम्य ठिकाणी दिसून येतात. त्यानंतर मोगलांनी सुंदर बागा तयार करून आपल्या निसर्गप्रेमाला कलात्मक रूप देण्यास सुरुवात केली.

पण अलीकडच्या धकाधकीच्या जीवनात निसर्गाचा सहवास माणसाला दुर्मीळ होत चालला आहे. काँक्रीटची जंगले वाढली आहेत. तरीसुद्धा माणसाचे निसर्गप्रेम कमी झाले नाही. त्यातूनच बोन्सायसारख्या कलेचा उगम झाला असावा. अगदी छोट्या जागेत आपण मोठ्या झाडांच्या सहवासाचा आनंद लुटू शकतो. आज

घराजवळच्या तुटपुंज्या जागेतही, आवड असल्यास आपण बोन्साय, साइकाइ लँडस्केप, बॉटल गार्डन या प्रकाराने आपले निसर्गप्रेम व्यक्त करू शकतो.

जपानी लोकांनी बोन्साय कलेला शास्त्रशुद्ध रूप दिले. जपानी लोकांनी बोन्सायमध्ये अनेक प्रकार निर्माण करून लोकप्रिय केले. बोन्साय या प्रकाराने पाहता-पाहता कलेचे रूप घेतले. त्यातूनच लँडस्केप, साइकाइ, रॉक प्लँटिंग, वुडप्लँटिंग या प्रकारांचा उगम झाला आणि या कलेचा जगभर प्रसार झाला. भारतात तशी त्याची उशिराच सुरुवात झाली.

चित्रकार एखाद्या चित्राला किंवा शिल्पकार एखाद्या शिल्पाला जिवंतपणा आणण्यास जे कसब पणाला लावतो, तेच कसब आपण लँडस्केप करताना पणाला लावून निसर्गदृश्याला जिवंतपणा आणू शकतो.

ट्रे लँडस्केपमध्ये, ज्यांना एकाच प्रकारचे वातावरण, माती वगैरे लागते अशी अनेक प्रकारची झाडे एकत्र वाढवली जातात. बोन्सायची झाडे वापरून केलेली अशी रचना म्हणजे तबकातील देखावा. यामध्ये सजावटीला महत्त्व असते.

साहित्य – लंबवर्तुळाकार तबक, प्लॅस्टिक जाळी, बोन्सायसाठी तयार केलेली माती, त्या मातीचा पहिला थर (bottom soil), बोन्सायची तीन जुनी झाडे, यात एक प्रमुख मोठे, दुसरी दोन छोटी असतील (म्हणजे तीनही एकसारखी नसावीत. उंची, रंग व रूप सर्वांमध्ये फरक असावा) शोभेसाठी इतर झाडे, रीप, शेवाळ, पीट मॉस, दगड इ.

कृती – प्रथम तबकाच्या छिद्रावर जाळीचे चौकोनी तुकडे ठेवून ते झाकावे व त्यावर साधारण अर्ध्या इंचाचा तळाच्या मातीचा थर पसरावा. त्यावर बोन्सायच्या मातीचा दुसरा थर (Middle soil) पसरावा. नंतर दगडाच्या आधाराने बोन्सायची मुख्य तीन झाडे योग्य ठिकाणी लावावी. यासाठी चुनखडीचा दगड, विटा व वाळूचा दगड हे वापरावेत. एका तबकामध्ये साधारण एकाच प्रकारचे दगड वापरून रचना करावी. त्यानंतर मधली माती टाकून राहिलेली मुळे झाकावीत. त्यानंतर पीट मॉस पाण्यात कालवून त्याचा थर द्यावा, मात्र थोडे-थोडे दगड उघडे ठेवावेत. त्यावर मॉस किंवा बागेतल्या विटेवर असलेले शेवाळ लावावे. शोभेसाठी रीप, एपीसिका, कोलिअस अशी शोभेची झाडे लावावीत आणि आपल्या आवडीप्रमाणे त्याला कलात्मक रूप द्यावे. यामध्ये सुंदर रचना करण्यास जास्त वाव असतो. पूल, झोपडी किंवा एखादी मानवाकृती ठेवावी. तसेच झाडांची निवड करताना बारीक पानांची झाडे शक्यतो निवडावी. वड, पिंपळ अशी मोठी झाडे वापरू नयेत. सेरेसा (Serissa), हॉथोर्न (Hawthorn), फायकस न्युडा, दीवी, अकेशिया, अरेलिया ग्रीन आयलंड, कर्ली फायकस अशी झाडे वापरावीत.

उन्हाळ्यात पाणी – उन्हाळ्यात रोज एकदा पाणी द्यावे, पावसाळ्यात दोन-

तीन दिवसांनी एकदा घालावे. दर महिन्याला 'रोगर' स्प्रे करावे. प्रमाण - १ लीटरला ४ ते ५ थेंब.

खत – सुफला १ चमचा, १ लीटर पाण्यात मिसळून झाडाला घालावे. दोन महिन्यांनी स्टेरॉमील घालावे.

बघा, तुम्ही एकदा प्रयोग करून. निसर्गाचं चिमुकलं रूप बघून तुम्ही भान हरवून जाल.

■

तबकातील नैसर्गिक रचना

एक झाड हजारो काड्या तयार करते, एक काडी हजारो झाडे जाळते.

दगडावरील झाडे (रॉक प्लँटिंग)

वड वय वर्षे ४

या प्रकारची लागवड बोन्सायमध्ये केली जाते. पण एरवी दगडावर शोभेसाठी लावलेली झाडे खूप छान दिसतात, नैसर्गिक वाटतात आणि तबकातील देखावा, जलोद्यान, धबधबा यांच्या बाजूला ती लावली तर फार छानच दिसतात. दिवाणखान्यात शोभेसाठी या पद्धतीने तयार केलेले दगड ठेवू शकतो.

रॉक प्लँटिंगसाठी लागणारे दगड – खूप वेगवेगळ्या दगडांवर लागवड करता येते. आजकाल चिनीमातीचे तयार दगडही मिळतात. खंगर, जांभा, पोरबंदर रॉक, चुनखडीचा दगड, सच्छिद्र असलेला कुठलाही दगड आपण वापरू शकतो. तो ठिसूळ नसावा.

सिमेंट किंवा एमसील लावून दगड एकमेकांवर जोडूनही अशा दगडांवर अनेक झाडे लावू शकतो.

रॉक प्लँटिंग

योग्य झाडे – अनेक प्रकारची झाडे तुम्ही यासाठी वापरू शकता. युफोर्बिया, फायकसच्या अनेक व्हरायटी – फायकस न्युडा, फायकस बेजामीना, कर्ली फायकस; हॉथार्न, सेरीसा, बॉक्सवुड, वड, पिंपळ, पीपणी इ. सहज उपलब्ध होणारी झाडे आपण दगडावर लावू शकतो.

साहित्य – निवडलेला दगड, काळा दोरा, पीटमॉस, स्पॅग्नम मॉस, पोयटा माती इत्यादी.

प्रथम ज्या दगडावर झाड लावायचे आहे, त्या दगडावर साधारण थोडा खोल भाग किंवा छिद्र पाडून

त्याच्यावर पीटमॉस कालवून लावावे. नंतर त्याच्यावर पोयटा मातीचा चिखल करून एक थर घालावा. त्यावर आपल्याला हवे ते रोप मुळासकट लावावे. रोपाला भरपूर मुळे असणे गरजेचे आहे. रोप लावून झाल्यावर मुळांवर ओली माती लावावी. नंतर त्यावर सर्व बाजूंनी मॉस लावून दोऱ्याने अथवा बारीक तारेने दगडाला चांगले बांधून टाकावे. लावल्यानंतर तो दगड पाणी देण्यासाठी साधारण १ ते दीड इंच पाणी असेल अशा ट्रेमध्ये ठेवून द्यावा.

काही काळाने मुळे वाढून दगडाला घट्ट पकडतात. काळा दोरा आपोआप गळून पडला तरी काही हरकत नाही. ही लागवड फक्त पावसाळ्यापूर्वी म्हणजे साधारण जून व जुलैमध्ये करावी. कारण या काळात मुळांची वाढ जलदगतीने होते व हवेत ओलावा असल्याने झाडे चांगल्या रितीने जगतात. झाड लावून झाल्यानंतर दगड थोडे दिवस पाण्यात ठेवावा. झाड जगल्यानंतर तो सुटा ठेवला तरी चालतो.

दगडावरच्या झाडाची काळजी इतर झाडांप्रमाणेच घ्यावी. किडीचा प्रादुर्भाव झाला तर रोगर व मॅलॅथिऑन आलटून-पालटून एक महिन्याच्या अंतराने मारावे.

दगडावर लावलेली झाडे

याला खते पाण्यातून द्यावी लागतात. एक लीटर पाण्यात एक चमचा सुफला घालून ते पाणी महिन्यातून एकदा द्यावे. उन्हाळ्यात मुळावर शेवाळ पसरून ठेवावे. कमी पाण्याच्या अभावी झाड मारणार नाही याची काळजी घ्यावी. शोभेसाठी दगडावर मुख्य झाडाच्या खाली मांडु गवत, बागेतल्या विटांवर वाढणारे शेवाळ लावले तरी छान दिसते. काही वेळा ही वनस्पती आपोआपही येते.

■

करूनी बागेचे संगोपन, राखू या पर्यावरणाचे संतुलन.

तबकातील जलोद्यान (ट्रे वॉटर गार्डन)

तबकातील जलोद्यान

जागेच्या अभावी सर्वांनाच मोठ्या बागेची आवड असूनसुद्धा हा छंद जोपासता येत नाही. तरीपण आपण छोट्या बाल्कनीत तबक उद्यान, ट्रे लँडस्केप, साइकाइ, रॉकगार्डन, बोन्साय, हंडीतील बाग इत्यादी प्रकारांनी आपली बाल्कनी सुशोभित करू शकतो. हे आपण मागील अनेक भागांत बघितले आहे.

हे करत असतानाच मला एक वेगळा नवीन प्रकार सुचला व तो करूनही पाहिला. इतर तबक उद्यानाप्रमाणे याचेही वर्षातून एकदा पुनर्भरण केले तरी चालते. माणसाला निसर्गाची विविध रूपे न्याहाळायला व त्यात रममाण व्हायला आवडते. झाडे, पाने, फुले, दगड, माती यांची रचना या तबकामध्ये करता येते. हा चिमुकला निसर्ग आपण आपल्या बाल्कनीत, कधीकधी बैठकीच्या खोलीत आणला तर! कल्पनाच खूप रम्य वाटते ना!

अनेक झाडे पाण्यात मातीविना वाढू शकतात. त्यांना प्रकाशही कमी असला तरी चालतो. उदाहरणार्थ, मनीप्लँटच्या जाती, वेगळ्या प्रकारचे बांबू, नेचे, ड्रेसिनाच्या काही जातीदेखील पाण्यात चांगल्या तऱ्हेने वाढू शकतात. जमिनीपेक्षा ही झाडे पाण्यात हळू वाढतात. शिवाय या जलोद्यान प्रकारामध्ये आपल्याला दगड-गोटे, शंख-शिंपले, शेवाळ यांचाही वापर करता येईल.

हे तबक सजवत असताना, तुम्ही कलाकार असाल तर सोन्याहून पिवळे, नसाल तरी काहीही हरकत नाही. रचनेत तुम्हाला सहजासहजी बदल करता येईल.

इकेबानामध्ये एक देखाव्याची पुष्परचना शिकवली जाते. याचा उपयोग मला बागेच्या या जिवंत प्रकारामध्ये करावासा वाटला. यामध्ये साधारण तीन झाडे व त्यांच्यासोबत तीन दगड घ्यावेत. एक मोठा, दुसरा त्याच्या दोन तृतीयांश आणि तिसरा त्याहून लहान दगड आणि झाडाच्या उंचीच्या मापानुसार या दगडांचे तीन डोंगर करावेत. दगडाच्या आधाराने झाडे लावावीत, दगडाला थोडे शेवाळ लावून काळ्या दोऱ्याने बांधावीत. तसेच रिकाम्या जागी छोटे गोटे व बारीक रीप टाकावी किंवा नेचे टाकावे. तबक पाण्याने दोन तृतीयांश भरून घ्यावे. नंतर सजविण्यासाठी चिनीमातीचे पूल, छोटी झोपडी, देऊळ, एखादी मूर्ती, पक्षी, कासव, इ. च्या प्रतिकृती योग्य जागी ठेवाव्यात. त्यांच्यामध्ये मासे सोडले तरी चालतील आणि गप्पी मासे सोडले तर डासांचाही उपद्रव होणार नाही! माश्यांमुळे ट्रे आणखीनच सजीव होईल.

आता आपण छोटा ट्रे कसा करायचा ते बघितले. तसेच ही कल्पना वापरून बागेत मोठ्या पुष्करिणीत असे जलोद्यान करता येईल. धबधब्यालगतच्या किंवा त्याला जोडून असे जलोद्यान केले तर धबधब्याची शोभा आणखीनच वाढेल.

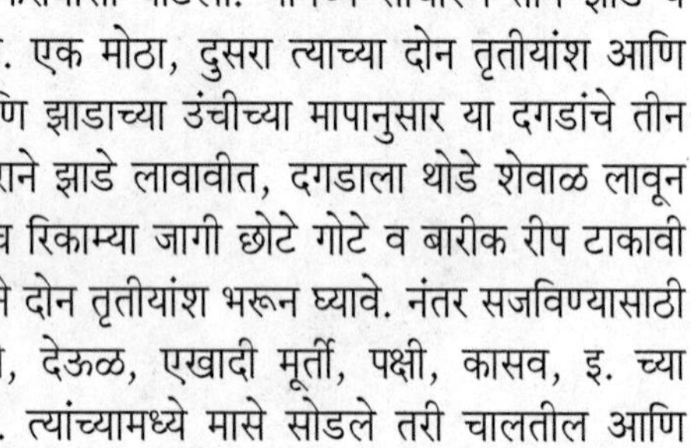

जलोद्यानासाठी जास्त पाण्यात जी झाडे जगतात अशी झाडे वापरावीत. फक्त मोठी

गार्डन करताना मोठ्या दगडावर रॉक प्लँटिंग आधी करून घ्यावे व आपल्या मनाप्रमाणे तयार केलेले दगड झाडांसहित पुष्करिणीत मांडून ठेवावेत. साधारण एखाद्या बेटाचा भास आणावा आणि छोटी-मोठी बेटे तयार करावीत.

या वॉटर गार्डनसाठी लंबगोलाकार छिद्र नसलेले तबक (ते चिनीमातीचे किंवा काचेचे असले तरी चालेल) घ्यावे. त्यात पुरेसे पाणी घालावे व दगडाच्या साहाय्याने चायना बांबू, फर्न, निरनिराळे मनीप्लँट, मंडु गवत यांची रचना करावी. दगड शक्यतो एकाच प्रकारचे वापरावेत. उदाहरणार्थ, चुन्याचा दगड किंवा विटा, खंगर, नदीतले लाल किंवा पांढरे गोटे. शंख-शिंपले आपल्या आवडीनुसार निवडू शकतो. शक्यतो रचना नैसर्गिक दिसेल असे करावे. एखादे वाळके छोटे झाड असले तर तेही रंगवून वापरावे. निसर्गात वाळकी झाडेही असू शकतात. त्याच्या खाली जिवंत झाडेही वापरावी. सर्व रचना पूर्ण झाल्यावर घर, झोपडी, पूल, प्राणी, इ. लावून तबक सजवावे.

पुनर्भरण (रिपॉटिंग) : साधारण आठ-दहा दिवसांनी किंवा महिन्यांनी पाणी घाण झाल्यावर सर्व गोटे, झाडे काढून ट्रे धुऊन परत पाणी घालून रचना करावी.

अतिशय सोपे, कमी वेळेत होणारे, फारसे साहित्य न लागणारे, बिनखर्चाचे हे तबकातील जलोद्यान नक्की आवडेल.

■

हिरव्या हिरव्या गवत झाडांनी भूमीला नटवा,
जल-मृद्संधारणाचा हा उपाय सर्वांना सुचवा.

विभाग - ३

पुष्परचना

पुष्परचना म्हटले की, आपल्यासमोर चित्र उभे राहते, ते जपानी 'इकेबाना'चे. जपानने या कलेत केलेली प्रगती कौतुकास्पद आहे. त्याच्यातील सौंदर्य, नैसर्गिकता, तिला घातलेली आध्यात्मिकतेची व तत्त्वज्ञानाची सांगड, काटेकोरपणा सगळेच अवर्णनीय. इकेबाना ही जपानी लोकांच्या संस्कृतीचे एक महत्त्वाचे अंग बनली आहे.

'पुष्परचना' साधारण दोन विभागांत मोडतात. एक पाश्चिमात्य तर दुसरी जपानी. जपानी पुष्परचनेच्या मानाने पाश्चिमात्य प्रकार सोपा. इकेबाना शिकण्यासाठी जिद्द, चिकाटी, सराव यांची अत्यंत आवश्यकता आहे. इकेबानाचा जितका सराव कराल तितकी ती तुम्हाला उमगत जाईल.

परवाच एक नोकरी करणारी मैत्रीण म्हणाली, 'मला नाही बाई, ते जपानी इकेबानातील कळत. आई, बाप, मुलगा किंवा पृथ्वी, मानव, स्वर्ग हे काही उमगत नाही. इतकी काटेकोरपणे फुले, पानांची लांबी, भांड्याची रुंदी, उंची मोजून घ्या आणि ते काही वेळेअभावी जमत नाही. पण पुष्परचना करण्यास आवडते.' तिचे हे म्हणणे खरे होतेच. रोज करायच्या रचनेसाठी एवढा काटेकोरपणा, ठरावीक प्रकारची भांडी, फुले, पाने वेळेअभावी जमवणे सगळ्यांना शक्य नाही.

'शोहीन', 'शोका', 'मोरीबाना' – पुन्हा त्याचे उपप्रकार – या रचना चांगल्या आहेत, सुंदर आहेत. त्याबद्दल प्रश्नच नाही. या रचना कला म्हणून आत्मसात करण्यास हरकत नाही. पण सगळ्याच बाबतीत त्यांचे अंधानुकरण का करावे? सर्वसाधारणपणे सर्वांचीच एक अशी वृत्ती झालेली आहे की, परदेशी तेवढे चांगले पण आपल्याला आपल्यातील चांगलेपण दिसत नाही. आपण आपल्या रचनांमधून आपले वेगळेपण का दाखवू नये?

भारतीय नृत्यप्रकारांचे हावभाव लक्षात घेऊन त्या आधारे सुंदर रचना आपल्याला करता येतील किंवा अशाच सुंदर भारतीय कल्पनांचा उपयोग करून सुंदर अशी पुष्परचना करता येईल.

जपानमध्ये इकेबानाची सुरुवात बौद्ध धर्माच्या आगमनानंतर झाली. (इ. ६व्या शतकानंतर) सुरुवातीला ही रचना बौद्ध धर्मगुरूंनाच करण्याची मुभा होती. तिचे स्वरूप आध्यात्मिक असले पाहिजे असे वाटते. नतंर घराण्यातील प्रतिष्ठित लोक ही पुष्परचना करू लागले. नंतर एकोणिसाव्या शतकाच्या उत्तरार्धात सामान्य लोक ही पुष्परचना करू लागले आणि तिचा सखोल अभ्यास झाला. आज ती जपानी सुसंस्कृत समाजाचे एक महत्त्वाचे अंग बनली आहे. वेदकाळ आणि वेदोत्तर काळ, बौद्ध काळ हा तर भारतीय संस्कृतीचा 'सुवर्णकाळ' होता. त्यामानाने बाकीचे जग तेव्हा रानटी अवस्थेत होते. त्या वेळी भारत वेगवेगळ्या कला, संस्कृती, शिक्षण सगळ्याच बाबतीत पुढे होता. वेद, उपनिषदांची निर्मिती झाली होती. अनेक विद्वानांनी वेगवेगळ्या कलांवर ग्रंथ निर्माण केले होते. त्यानंतर परकीय आक्रमणाच्या काळात आपली फारशी प्रगती होऊ शकली नाही. 'पुष्परचना' ही कला भारतीय लोकांना नवीन नाही. जपानी लोकांनी त्यात सौंदर्य पाहिले. जीवनाचा दृष्टिकोन पाहिला. आपण तर तिच्याकडे परमेश्वराची आराधना करण्यासाठी किंवा परमेश्वराची प्रतिकृती म्हणून पाहतो. आपण श्री सत्य नारायणाची पूजा बांधतो, तीही एक सुंदर पुष्परचनाच आहे. तांब्यातील गौरी, मंगळागौरीची पूजा, हरतालिकेची पूजा या सुंदर पुष्परचना आहेत.

जपानी लोक लामण दिव्याप्रमाणे एक टांगती पुष्परचना करतात. आपल्याकडच्या गुढी पाडव्याची गुढी, तोरणात तुम्हाला त्याचे प्रतिबिंब दिसेल.

'पुष्परचना' ही कला आहे. तुम्ही तिचा जितका सराव कराल तितकी ती तुम्हाला सुबकपणे करता येईल. पुष्परचना करताना दिलेल्या आकृतींमध्ये भारतीय नृत्यकलेच्या मुद्रा लक्षात घ्या. त्या आधारे तुम्ही तुमच्या सुंदर, सोप्या रचना करू शकाल. पुष्परचना करताना खालील गोष्टी लक्षात ठेवा.

१. नाजूक फुलांच्या वापरासाठी नाजूक पुष्पपात्र वापरा.
२. पुष्पपात्राच्या रंगाप्रमाणे फुलांचा रंग निवडावा.
३. शक्यतो पुष्पपात्रे एका रंगाची असावीत. तसेच ती भडक रंगाची नसावीत.
४. पुष्परचना केल्यावर बघणाऱ्यांचे लक्ष पुष्परचनेवर आकर्षित झाले पाहिजे, पुष्पपात्रावर नाही.
५. पुष्परचना करण्याआधी कमीत कमी अर्धा तास तरी फुले-पाने पाण्यात ठेवा. फुले-पाने संपूर्ण पाण्यात बुडवून ठेवल्यास अधिक टवटवीत दिसतात.
६. पुष्परचना घाईने करू नका.
७. १, ३, ५, ७, ९ अशा विषम संख्येने फुले-पाने लावावीत.
८. फुला-पानांची उंची सारखी ठेवू नका.
९. पुष्पपात्रातून शक्यतो पिन होल्डर दिसणार नाही याची काळजी घ्या.

१०. जरूर तेवढाच फुला-पानांना आकार द्या. फुले-पाने जास्त वेडी-वाकडी कापू नका अगर वळवू नका. फुला-पानांची मांडणी नैसर्गिक वाटली पाहिजे.
११. फुला-पानांच्या रंगसंगतीचा नीट विचार करून रचना करा.
१२. पुष्परचना कोठे ठेवणार हे ठरवून रचना करा. ती आपल्या नजरेशी समतल असावी.
१३. सुकलेली फुले, पाने रोज बदलावीत. लिंबाची साल, साखर, ॲस्पिरिन, बर्फ इ. प्रमाणशीर पाण्यात टाकल्यास फुले-पाने दीर्घकाळ टवटवीत राहण्यास मदत करतात.
१४. पुष्परचना पुष्पपात्राच्या साधारण दीड पट असावी.

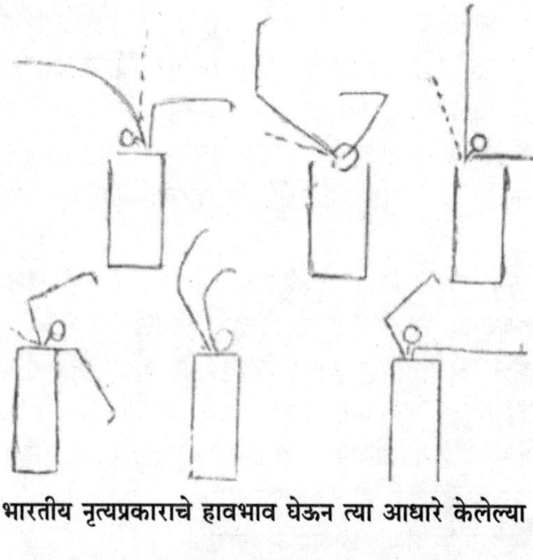

भारतीय नृत्यप्रकाराचे हावभाव घेऊन त्या आधारे केलेल्या रचनांचा आराखडा

वरील रचना या सतीश अजगावकरांच्या आहेत. ते ३०-४० वर्षांपूर्वी हॉटेल ताजमध्ये पुष्परचना करायचे. आपल्या भारतीयांमध्ये एक मनोवृत्ती तयार झालेली आहे, 'परदेशी तेवढे चांगले.' आपल्याकडेही काही चांगल्या कला आहेत. त्यांच्याकडे आपण म्हणावे तेवढे लक्ष देत नाही. म्हणतात ना पिकते तेथे विकले जात नाही. मला त्यांच्या रचनामध्ये भारतीयत्व दिसले. त्याला एक उजाळा देण्याचा प्रयत्न म्हणून भारतीय म्हटल्या जातील अशा थोड्या रचना दिलेल्या आहेत. त्यांचा रोजच्या वापरासाठी सहजासहजी उपयोग करून घेता येईल.

■

'कमळ' हे श्री – देवाचेच प्रतीक

चिरतरुणी इकेबाना

'इकेरू' म्हणजे निसर्ग व 'बाना' म्हणजे फुलांची रास. या दोन्ही शब्दांपासून 'इकेबाना' हा शब्द तयार होतो. इकेबानाला थोडाथोडका नाही, किमान चौदाशे वर्षांचा इतिहास आणि परंपरा आहे. जपानी पुष्प रचनेइतकाच तिचा इतिहाससुद्धा मनोरंजक आहे.

सुखाच्या आणि दु:खाच्या सर्व प्रसंगात फुले आपली सोबत करतात. आनंदाचा क्षण द्विगुणित करतात. दु:ख हलके करतात. अंथरुणावर खिळलेल्या एखाद्या रुग्णाला फूल भेट म्हणून दिले तर केवढा दिलासा मिळतो! तसेच प्रेमभावनासुद्धा फुलांच्या भेटीशिवाय पूर्ण होत नाही. सुखाच्या व दु:खाच्या सर्व भावना व्यक्त करायला शब्द जेव्हा अपुरे पडतात, तेव्हा आपल्या भावना दुसऱ्यांच्या हृदयाशी भिडविण्याचे काम फुले करतात. धरणीमातेच्या कुशीत विलीन होताना, अखेरची सोबत फुलेच करतात. म्हणावी तर निरागस, म्हणावी तर भावनाप्रधान फुले पाहून कोणाचे मन सुखावणार नाही?

निसर्गातील सर्वांत सुंदर वस्तू फूल. ज्या परमेश्वराने आपल्याला हे सुंदर जीवन दिले, त्याला कृतज्ञतेपोटी ही सुंदर फुले अर्पण करण्यासाठी फुले मंदिरापर्यंत पोहोचली. तेथूनच पुष्परचनेला सुरुवात झाली.

जपानमध्ये बौद्ध धर्माच्या उदयाबरोबर बुद्धाला फुले अर्पण करण्याची प्रथा पडली. हीच इकेबानाची सुरुवात. अजूनसुद्धा बुद्धाच्या प्राचीन मूर्तीच्या हातात एक कमळ व एक कळी असते. ही एक सुंदर पुष्परचना मानली जाते. युवराज शोतूकू (इ.स. ५८४ ते इ.स. ७६२) हा इकेबानाचा जनक मानला जातो.

सुरुवातीला या रचना बौद्ध विहारातच केल्या जात. तसेच फक्त बौद्ध भिक्षुकांनाच त्या करण्याची मुभा होती. त्यानंतर काही राजे लोक, सरंजामशाहीतील सरदारही

पुष्परचना करू लागले. प्रदर्शने भरवू लागले. त्यामुळे या कलेला राजाश्रय मिळाला व वेळोवेळी तिची प्रगती होत राहिली. तसेच काळाबरोबर ती बदलत राहिली. वाङ्मय म्हणा किंवा कुठल्याही ललित कला ज्या चांगल्या असतात, त्याच वर्षानुवर्षे टिकून राहतात. त्यांनाच अभिजात कला किंवा अभिजात साहित्य म्हटले जाते.

इकेबानाच्या यशाचे रहस्य केवळ तिच्या शेकडो वर्षाच्या परंपरेत नाही तर काळाची पावले ओळखून काळाशी समरस होण्याच्या सामर्थ्यात आहे.

तसे पाहिले तर बौध्द धर्माचा जन्म भारतातला. फुले वाहण्याची परंपराही भारतीय. असे असताना जपानी पुष्परचनेला आंतरराष्ट्रीय मान्यता व लौकिक मिळाला, जगभर अनुयायी मिळाले आणि आपण मात्र आंधळेपणाने जुन्या परंपरा, रूढी कवटाळण्यात धन्यता मानतो.

सुरुवातीच्या काळात बौद्ध भिक्षू मोठ्या पात्रांमध्ये बुद्ध मूर्तीच्या दोन्ही बाजूस मोठ्या-मोठ्या पुष्परचना करीत. तरीही अभ्यासपूर्ण कलेचे स्वरूप प्राप्त व्हायला १५व्या शतकाचा मध्य उजाडावा लागला. देशात शांतता व समृद्धी नांदत असेल तरच कलेचा विकास होतो. भारतातील गुप्त काळाप्रमाणे मुरोमांचीचा काळ शांतता व समृद्धीचा होता. साहजिकच या कलेचा विकास व भरभराट या काळात झाला. तसेच या काळात पुष्परचनांच्या स्पर्धा सुरू झाल्या. रिक्का पद्धतीचा जन्मकाळ हाच. इ.स. १५९९मध्ये क्योटो येथील मंदिरात १०० पुष्परचनांचे प्रदर्शन भरल्याचा इतिहासात दाखला आहे.

आशिकागा शोगून (इ.स.१४३६ ते इ.स. १४९०) यांच्या कारकिर्दीत, त्यांच्या प्रयत्नामुळे पुष्परचना अधिक लोकप्रिय झाल्या. हा काळ पुष्परचनेचा सुवर्णकाळ म्हणून ओळखला जातो. या नंतरच्या पुढील प्रत्येक राजवटीत ही कला समृद्धच बनत गेली. तिच्यात अनेक बदल झाले. १७व्या शतकापर्यंत जपान अलिप्त होते. बाहेरच्या जगाशी त्याचा अजिबात संबंध नव्हता. आपल्या स्वैर, निरंकुश कारभारात कोणीही ढवळाढवळ करू नये, परकीय आक्रमण व शोषणापासून संरक्षण व्हावे हा हेतू होता. पण १९व्या शतकातील वसाहतीच्या काळातील सुधारणांपुढे हे अलिप्ततेचे धोरण टिकू शकले नाही. पाश्चात्त्यांच्या आक्रमणाने ही कला आणखी प्रगत झाली. पाश्चात्त्य लोकही या कलेने प्रभावित झाले आणि तिला आजचे हे मुक्त, पण तितकेच नियमबद्ध स्वरूप प्राप्त झाले. ही कला या काळात सर्वाभिमुख झाली व जपानी संस्कृतीचे एक अंग बनली. जगभरात ती मान्यता पावलेली आहे. आज ती प्रसिद्धीच्या, प्रगतीच्या अत्युच्च शिखरावर विराजमान आहे.

जपानमध्ये अनेक कलाकारांनी ही कला शास्त्रीय चौकटीत बसवून त्या कलेला

नियमबद्ध स्वरूप दिले आणि कलेचा प्रसार करण्यासाठी शिक्षणसंस्था स्थापन केल्या. अशा दोनशेहून अधिक संस्था जपानमध्ये आहेत. त्यांपैकी 'ओहारा' या नामवंत संस्थेच्या अभ्यासक्रमाचा महाराष्ट्रात मोठ्या प्रमाणात प्रसार झाला आहे. 'ऊनशिन ओहारा' हे या इकेबाना शिक्षणसंस्थेचे संस्थापक. १९व्या शतकाच्या अखेरीस त्यांनी या संस्थेला प्रारंभ केला. आज या संस्थेचा ८ वर्षांचा अभ्यासक्रम आहे. या सर्व परीक्षा इंडो-जपान असोसिएशनतर्फे मुंबई-पुण्याला घेतल्या जातात. आपणास असे वाटेल की, या ८ वर्षांच्या अभ्यासक्रमात शिकण्यासारखे काय आहे? पण जेव्हा आपण त्याची सुरुवात करतो, त्यामध्ये डोकावतो, तेव्हा अलिबाबाच्या गुहेप्रमाणे होते. कोणती रत्ने किती घेऊ अशी मनाची अवस्था होते. अशी आहे ही १४०० वर्षांची परंपरा असलेली चिरतरुणी इकेबाना.

इथे आपण ओहारा स्कूलच्या रचनेची माहिती फक्त या कलेची तोंडओळख म्हणून करून घेणार आहोत. प्राथमिक प्रकारच्या रचनांना 'शोहीन' असे म्हटले जाते. म्हणजे आपण एखाद्या लिपीची प्राथमिक मुळाक्षरे जशी शिकतो तसाच हा प्रकार. त्या प्राथमिक रचनांना A, B, C, D अशीच नावे आहेत. ठरावीक आकाराच्या भांड्यांमध्ये म्हणजे अर्धवर्तुळाकार भांड्यामध्ये या रचना करायच्या असतात. प्रत्येक प्रकारच्या रचनेसाठी ठरावीक प्रकारचे भांडे वापरले जाते. A, B, C, D या रचनांमध्ये बरेचसे साम्य आहे. पण थोड्याशा फरकांनीसुद्धा त्याचे सौंदर्य कसे बदलते हे आपल्याला या रचनांमधून कळून येईल.

तीन प्रमुख फांद्या यामध्ये लावायला शिकवल्या जातात. त्यांनाच स्वर्ग, मानव, पृथ्वी किंवा सब्जेक्ट, ऑब्जेक्ट, सेकंडरी असे म्हटले जाते. जपानी भाषेत

शोहीन A, B

'शिन', 'सोये', 'हीकाए' अशी त्यांची नावे आहेत. पृथ्वीवर उभा राहून मानव स्वर्गाची प्रतीक्षा करतो, अशी काहीशी कल्पना त्यामध्ये साकारली जाते. मुख्य फांदी स्वर्ग, त्याच्या २/३ मानव व १/३ पृथ्वी अशी त्याची मापे असतात. मुख्य फांदी ही भांड्याची रुंदी + उंचीच्या दीडपट किंवा दुप्पट असते. त्याच्या नंतर उपफांद्या म्हणजे 'फिलर्स' लावून रचना पूर्ण केली जाते.

या रचनांमध्ये ओल्या फांद्या-फुलांबरोबरच सुकलेल्या फांद्या-फुले वापरली तरी चालतात. या चार रचनांच्या सरावानंतर 'मोरीबाना' म्हणजे पसरट पात्रातील रचना, 'नागीरे' म्हणजे उभ्या पात्रातील रचना शिकायच्या. पुढे क्रमाक्रमाने मुक्त रचना, 'हानामाई', 'नाराबू', 'लँडस्केप', 'हैका', 'रिंपा' इत्यादी रचनांचा अभ्यास करता येतो. या प्रकरणात आपण कलेची फक्त तोंडओळख करून घेतली आहे.

झाडावरून तोडलेली फांदी मृतवत होते. आपण तिला पुष्पपात्रात लावून सजीव करतो. तिला कलात्मकरीत्या नैसर्गिक रूपात लावणे, जिवंत भासवणे हे इकेबाना कलाकाराचे कौशल्य असते. इकेबाना जास्त नैसर्गिक व सांकेतिक रचना असतात. त्या संदेशवाहकही असतात.

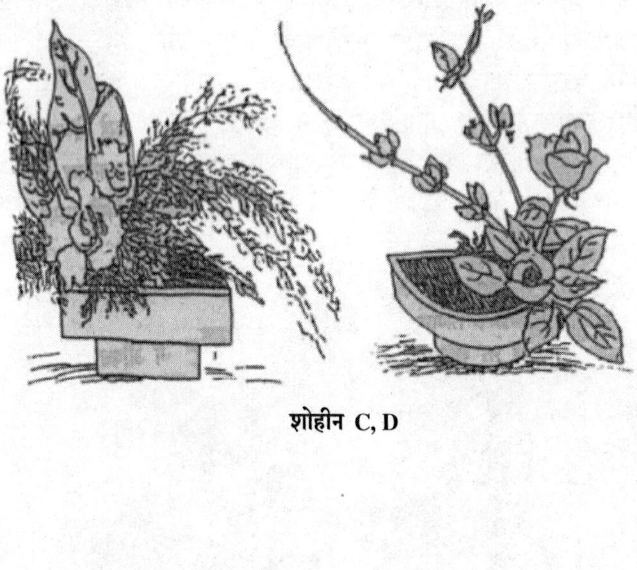

शोहीन C, D

■

झाडांचे संरक्षण मानवाच्या कल्याणासाठी.

पाश्चिमात्य शैलीची पुष्परचना

पाश्चिमात्य पुष्परचना या खूप फुलांच्या-पानांच्या, रंगाची उधळण करणाऱ्या, उठावदार व मन प्रसन्न करणाऱ्या असतात. इंग्लंड आणि युरोपमध्ये सुरुवातीस चर्चच्या सुशोभिकरणासाठी त्या पुष्परचना केल्या जात. सुरुवातीला गोलाकार, त्रिकोणी, लंबवर्तुळाकार (पसरट) अशा आकारामध्ये केल्या जात. पण दुसऱ्या महायुद्धानंतर आणखी अनेक आकाराच्या रचना केल्या जाऊ लागल्या. समतोल, असमतोल, चंद्राकृती, होगार्थची म्हणजे S टाइप, L शेप, पंखासारखे इत्यादी प्रकार त्यांत समाविष्ट झाले. सगळ्या पाश्चिमात्य रचना गुंतागुंतीच्या नसल्या तरी भरपूर पाना-फुलांचा वापर केल्यामुळे आकर्षक वाटतात. सगळ्या रचनांना एक केंद्रबिंदू असतो. त्याला 'फोकल पॉइंट' म्हणतात. सर्व रेषा या केंद्रबिंदू जवळ एकवटलेल्या असतात किंवा आपण असे म्हणू की, एकाच केंद्रबिंदूपासून निघून सुंदर आकार तयार करतात. त्यांमध्ये L आकार, त्रिकोणी, S आकार, चंद्राकृती,

L आकारातील

त्रिकोणी

गोलाकार

S आकारातील

समतोल, असमतोल या रचना फक्त समोरूनच पाहता येतात. पसरट (ओव्हल शेप) व गोलाकार या रचना सर्व बाजूंनी पाहता येतात. हल्ली पाश्चिमात्य रचनांचा वापर आपल्याकडेही भरपूर प्रमाणात होताना दिसतो आहे. आपण जे पुष्पगुच्छ देतो ते बहुधा पाश्चिमात्य शैलीचे असतात. मोठे सण, समारंभ, राजकीय सभा, राष्ट्रपती भवनातील कार्यक्रम, लग्ने, मंदिरे येथे केली जाणारी सजावट, पंचतारांकित मोठी हॉटेल्स, ऑफिस या ठिकाणच्या सजावटी बहुतेक पाश्चिमात्य पद्धतीच्या आढळतात. करायला सोप्या, दिसायला छान व सुंदर रंगसंगती, ग्रीनहाउसमधील मनमोहक फुले यांमुळे अल्पावधीतच या रचना आपल्याकडे लोकप्रिय झालेल्या आहेत.

लंबगोल रचना

या रचना करण्यासाठी, फुले खोचण्यासाठी पिन होल्डर किंवा चिकनमेश, ओयासिस (एक प्रकारचा फुले खोचण्यासाठी बनवलेला स्पंज) लागतात. पुष्पपात्रे अनेक प्रकारची आणि आकाराची मिळतात. पसरट आणि उभ्या रचनेला साजेशी पुष्पपात्रे आपण निवडू शकतो. आधी मुख्य फांद्यानी रचनेचा मुख्य आकार तयार करून घ्यावा. नंतर फुले-पाने भरून रचना पूर्ण कराव्यात.

रंगसंगती – पाश्चिमात्य शैलीमध्ये पुष्परचनेत रचनेइतकेच रंगसंगतीला महत्त्व आहे. आपण चित्रकला शिकताना जे रंगांचे चक्र बघतो त्यामधले जवळजवळचे रंग निवडावे. किंवा विरोधी रंगसंगतीसाठी समोरासमोरील रंग निवडावे. एकरंगी रचनाही छान दिसतात.

■

झाडे लावा, झाडे जगवा.

भिंतीवरील पुष्परचना

खूप वेळा काय होते, डायनिंग टेबल किंवा दिवाणखान्यात पुष्परचनेसाठी जागा उपलब्ध नसते. साधारण घरात कुठलाही कार्यक्रम असेल, उदाहरणार्थ, डोहाळेजेवण, बारसे, वाढदिवस इत्यादी, तर घर तर फुलांनी सजवायचे असते. अशा वेळी भिंतींवर अनेक प्रकारच्या पुष्परचना करून घर सुशोभित करू शकतो. कधी वेताच्या टोपलीत फुले भरून पाश्चिमात्य पद्धतीची टांगती रचना, तर कधी पोहे तळणीच्या झाऱ्यामध्ये 'ओयासिस' भरून त्यात अनेक प्रकारच्या रचना म्हणजे चंद्राकार किंवा होगार्थ, गोलाकार किंवा कुठलीही पाश्चिमात्य रचना किंवा आपल्या

भिंतीवरील काही आकर्षक रचना

मनाने चित्तवेधक रचना झाऱ्यात करून तो झारा खिळ्यांमध्ये अडकवावा.

भिंतीवरच्या पुष्परचना करताना तेथे ओयासिसचा उपयोग करता येत नाही. अशा वेळी फुले-पाने जास्त वेळ ताजी ठेवण्यासाठी फुलांच्या किंवा पानांच्या देठांना तिरपा कट द्यावा व देठावर ओला कापूस करून गुंडाळावा आणि त्यावर सेलोटेप गुंडाळावी. त्यामुळे फुले-पाने जास्त वेळ ताजी टवटवीत राहतात. ॲस्पॅरागस, डच गुलाब, पाम, सायकसची पाने अगदी ३-४ दिवससुद्धा आरामात ताजी राहू शकतात. ॲस्पॅरागसची पाने (शतावरी) वाळली तरी त्यांच्या रंग रूपामध्ये काहीही फरक पडत नाही. L आकाराची रचना ही नुसती सेलोटेपनी फुले चिकटवून चांगली करता येते. तशीच एक लाल गुलाब, थोडे गोल्डन रॉड व ॲस्पॅरागसची पाने रांगोळीच्या टिपक्यांप्रमाणे लावली तरी रचना छान दिसते.

■

उघड्यावरील विष्ठा दुर्गंधी बनविते; मातीने झाका, सोनखत बनविते.

पाण्यावरचा गालिचा

सणसमारंभांना फुलांची सजावट ही आता नवीन बाब राहिलेली नाही. फुलांची सजावट आनंदात भर घालते, उत्साह देते, चैतन्य निर्माण करण्याची ताकद या पुष्परचनेमधून आपल्याला जाणवते. साधी रांगोळी आपण घालतोच, पण ताज्या फुलांची रांगोळी काही वेगळी शोभा वाढवते. फुलांचा पाण्यावरचा गालिचा हा प्रकारही असाच आहे. हा पाण्यावर करायचा असल्यामुळे ३-४ दिवस आरामात टिकू शकतो. जमिनीवरची फुले त्यामानाने लवकर सुकतात. मोठ्या पसरट पात्रात हा पाण्यावरचा गालिचा करण्यास सोपा, दिसण्यास आकर्षक. करून पाहा आणि मनाचा व सणाचा आनंद द्विगुणित करा.

साहित्य – मोठी पसरट परात / घंगाळ / चिनीमातीचे किंवा साध्या मातीचे आकर्षक पात्र, फुले, फुलांच्या पाकळ्या, पाने (बारीक कात्रीने कापून घ्यावीत किंवा अख्ख्या पानांचा उपयोग केला तरी चालतो.) ज्या पात्रात आपल्याला गालिचा करायचा आहे त्या आकाराचा वर्तमानपत्राचा कागद, फुले चिकटवण्यासाठी खळ.

कृती – कापलेल्या कागदावर आपल्याला हवी ती रांगोळी किंवा गालिच्याचे चित्र स्केचपेनने काढून घ्यावे. त्यानंतर झेंडू, अस्टर, गुलाब जी फुले असतील त्यांच्या पाकळ्या कापून घ्याव्या. झेंडू किंवा ॲस्टर यांचा वरचा भाग कापावा, देठाकडचा भाग काळपट किंवा पांढरट दिसतो म्हणून तो घेऊ नये. नंतर ख्रिसमस किंवा ॲस्पॅरॅगसची पाने बारीक कापून घ्यावीत. नंतर गव्हाच्या पिठाची केलेली खळ कागदावर पसरून घ्यावी. (खळ पातळ असावी) त्यावरील चित्रावर पाकळ्या हव्या त्या रंगसंगतीने चिकटवून घ्याव्यात व तो कागद दोघींनी अलगद, पाणी हलू न देता, पाण्यावर सोडावा. काही वेळाने पेपर ओला होऊन खाली जाईल व पाकळ्या तश्याच तरंगत राहतील. पाणी हलणार नाही याची खबरदारी घ्यावी. डिझाइनच्या मध्ये एखादी मेणबत्ती तरंगत ठेवावी. संध्याकाळच्या वेळी ही रचना खूप छान दिसते.

टेराकोटाची पसरट कुंडी

फारच सुंदर आणि चैतन्यमयी अशी ही पुष्परचना करून पाहा आणि सणाचा, समारंभाचा आनंद द्विगुणित करा.

■

अवशेष भाज्यांचे, पालापाचोळा फेकू नका,
मातीत गाडले तर त्याचे सुंदर खत होते बरं का!

फुले ताजी कशी ठेवाल?

बर्ड ऑफ पॅरेडाइज

अनेक कारणांनी आपण बाजारातून फुले आणतो. कधी घरच्या बागेतून तोडतो. कधी आपल्याला ती स्पर्धेमध्ये ठेवायची असतात. कधी कोणाला द्यायची असतात. कधी समारंभासाठी वापरायची असतात. अशा वेळी नाजूक फुले जास्तीत जास्त वेळ तरतरीत ठेवणे गरजेचे असते. ती अनेक प्रकारच्या उपायांनी ताजी ठेवली जातात. प्रत्येक फुलांची पाणी ग्रहण करण्याची क्षमता वेगवेगळी असते. तसेच ती टिकण्याचा कालावधीही वेगवेगळा असतो. फुले आपण जेथे ठेवतो, त्या ठिकाणी ओलावा असणे आवश्यक असते. ऊन-वाऱ्यापासूनही त्यांचे संरक्षण केले पाहिजे. त्यासाठी पुढील उपाय आवश्यकतेनुसार करता येतील.

एकदा मी पुष्परचनेच्या स्पर्धेत भाग घेतला होता. मला तेव्हा फुले टिकवण्याच्या प्रक्रियेविषयी अजिबात माहिती नव्हती. मला कमळाची खूप ताजी आणि खूप सुंदर

भरपूर फुले मिळाली. पुष्परचनाही छान झाली. पण परीक्षण होईपर्यंत ती रचना टिकली नाही. फुलांनी लगेच माना टाकल्या. अगदी तासभरसुद्धा ती फुले टिकू शकली नाहीत. यासाठी फुले कशी टिकवावीत आणि कोणती फुले टिकतात याची माहिती उद्यानप्रेमींना असणे आवश्यक आहे.

फुले नेहमी सकाळी सूर्योदयापूर्वी किंवा सूर्यास्तानंतर काढावीत. काप तिरपा घ्यावा. कटर धारदार असावा. तोडल्याबरोबर ती बादलीभर पाण्यात ठेवावीत. फुलांचे फक्त देठ पाण्यात राहतील याची काळजी घ्यावी. फुलांच्या पाकळ्यांवर पाणी पडू देऊ नये. त्यामुळे फुले लवकर कुजतात. स्पर्धेत भाग घ्यायचा असेल तर, फुले रात्री आणावीत किंवा संध्याकाळी तोडावीत व रात्रभर त्यांचे देठ पाण्यात बुडवून ओलाव्याच्या ठिकाणी ठेवावीत. उदाहरणार्थ, बाथरूम किंवा सिंकखाली. सकाळी ती एकदम ताजी वाटतील. कापड ओले करून, घट्ट पिळून त्याखाली झाकून ठेवली तरी चालेल. उन्हातून फुले आणायची वेळ आली तर, ती वर्तमानपत्राच्या पेपरमध्ये गुंडाळून आणावीत. घरी आणल्याबरोबर थोडे देठ कापून भरपूर पाण्यात ठेवावीत.

१) कमळाची फुले पाण्याबाहेर जास्त काळ ताजी राहू शकत नाहीत. त्याच्यासाठी ४ ते ५ सिगारेटचा तंबाखू पाण्यात भिजवून घ्यावा व त्याचे पाणी गाळून इंजेक्शनच्या सिरिंजमध्ये भरून ते देठामध्ये टोचावे. या प्रक्रियेमुळे कमळे ताजी राहतात. डॅफोडिल, लिली यांचे देठ मऊ व रसयुक्त असतात. ती वरील प्रक्रियेद्वारा टिकवता येतील.

२) फुलांच्या देठावरची पाने काढल्याने, बाष्पोत्सर्जन कमी होते व फुले दीर्घकाळ टिकण्यास मदत होते.

३) गुलाब, शेवंती, डेझी, डेलिया ही फुले वरून सुदृढ वाटतात, पण आतून नाजूक व मऊ असतात. याच्यासाठी उकळत्या पाण्यात देठ बुडवून लगेच गार पाण्यात बुडवावे. उकळत्या पाण्यात बुडवल्यानंतर आतील हवा बुडबुड्याच्या स्वरूपात बाहेर येते व आतील पाणी जास्त वेळ फुलांना मिळते. उकळत्या पाण्यात फुलांचे देठ बुडवल्यामुळे देठ मऊ होतात. पण हे करताना वरच्या फुलांना उष्णतेची झळ पोहोचणार नाही याची काळजी घ्यावी. फुलांना ओल्या फडक्यामध्ये गुंडाळावे व ही प्रक्रिया करावी.

४) जी फुले तोडल्यानंतर चीक येतो, त्यांनाही या प्रक्रियेचा उपयोग होतो. काही वेळा देठ जाळूनही ही प्रक्रिया केली जाते. असे खूप सारे उपाय आहेत. फुलांचे प्रकार बघूनच ही प्रक्रिया केली जाते.

पुष्परचना टिकवण्यासाठी किंवा घरात ठेवलेली फुले टिकविण्यासाठी साखर, मीठ, ॲस्पिरिनची अर्धी गोळी, नवसागर, यांतील कुठलाही एकच पदार्थ

प्रमाणशीर पाण्यात टाकल्यास फुले-पाने दीर्घकाळ टवटवीत राहतात. तांब्याचे नाणेही टाकतात. यामुळे पाणी ताजे राहते आणि पाण्याला वास येत नाही.

५) फुलदाणीतील पाणी रोजच्या रोज बदलत राहावे.

६) पाणी फवारून फुले ताजी ठेवली जातात, पण पाकळ्यांच्या वरच्या बाजूला पाणी न मारता मागच्या बाजूने मारावे. फुलांवर पाणी कधीही शिंपडू नये.

७) पॉपी, फर्न, मेडनहेअर, पॉइनसेटिया इत्यादीच्या फांद्या कापून मेणबत्तीवर १५ सेकंदापर्यंत टोके जळू द्यावीत. एकदम दांडी लाल होते. लगेच ती गार पाण्यात घालावी. हे करताना फुलांना आच लागणार नाही याची काळजी घ्यावी.

८) कधीकधी फुलांच्या फांद्यांचे देठ कुस्करले जातात. कधी फांद्यांना चिरा माराव्यात किंवा ७-८ सें.मी. साल काढावी. याच्यामुळे जास्तीत जास्त पाणी फुलांमध्ये शोषले जाते व फुले-पाने ताजी राहण्यास मदत होते.

■

नियमित व्यायाम, संतुलित आहार व सृष्टीची मैत्री,
हीच निरोगी जीवनशैलीची त्रिसूत्री.

ड्राय फ्लॉवर (साहित्य तयार करणे)

हल्ली बाजारात पुष्परचनेसाठी खूप प्रकारचे सुकलेले साहित्य म्हणजे सुकलेली फुले, फांद्या, खोड इत्यादी रंगविलेले साहित्य मिळते. ते इतक्या सुंदर प्रकारे तयार केलेले असते की, ताज्या फुलां-फांद्यांपेक्षा जास्त सुंदर दिसते. नारळामागचे पुष्पकोष, सायकसची सुकवून रंगवलेली पाने, खराट्याच्या काड्या, वेगवेगळी फुले, वुड-रोज, वेगवेगळ्या धान्यांची कणसे, बाजरी, ज्वारी, पानकणीस, मदनबाण, वाळवलेली रानफळे, तुरे, असे अगणित प्रकारचे सुकवलेले साहित्य बाजारात मिळते. घराबरोबर बाग सजविण्यासाठी याचा उपयोग होतो. समजा आपल्या बागेत एखादे झाड काही कारणाने वाळले असेल किंवा फांद्या सुकल्या असतील. तर ते फेकून न देता वाळवावे. त्याला रंगवून किंवा वुड सोल्यूशन लावून ठेवले असता, त्याचा उपयोग आपल्याला अनेक प्रकारे करता येतो. उदाहरणार्थ, रॉकरीमध्ये लावायला मोठ्या झाडाचे खोड छान दिसते. घरात कायमची पुष्परचना करण्यासाठी चिकूच्या फांद्या, नारळाच्या मागचे पुष्पकोष रंगवून वापरता येतात. कितीतरी प्रकारचे वाळलेले साहित्य तुम्ही तुमच्या बागेतून मिळवू शकता. तसेच अनेक प्रकारे ते तयार करताही येते. दाबाखाली ठेवून, वाळवून, ओले असताना पानांना आकार देऊन इ.

सुकलेली पाने-फुले पाश्चिमात्य प्रकारात सहसा वापरली जात नाहीत. पण इकेबानामध्ये खूप चांगल्या रितीने त्यांचा उपयोग करून घेतला जातो. ती ताज्या फुलांची बरोबरी करू शकत नाहीत हे जरी खरे असले, तरी निसर्गाचे सौंदर्य आणि डौल अतिशय चांगल्या प्रकारे दाखवू शकतात.

वाळवलेले फुलांचे तुरे

दुसऱ्या महायुद्धात जपान बेचिराख झाला. हिरोशिमा व नागासाकी या शहरांवर अणुबॉम्ब टाकले गेले. फुलांनी आणि निसर्गसौंदर्याने बहरलेला हा जपानी देश होरपळून गेला. पण जपानी लोकांनी आपली जिद्द सोडली नाही. बेचिराख झालेल्या निसर्गातून वाळलेल्या काटक्या, रस्त्याच्या कडेचे गवत, वाळलेली फुले यांच्या साहाय्याने आपली इकेबानाची कला नुसती जिवंत ठेवली नाही तर, तिला संजीवनी देऊन नव्या रूपात सादर केली. सुकलेल्या फांद्या, फुले, खोड यांना जिवंत फुलांइतकेच महत्त्व प्राप्त करून दिले.

आज आपल्याकडेही या साहित्याची भरपूर प्रमाणात निर्मिती होत आहे. तो एक चांगला लघुउद्योगच झालेला आहे. त्याला चांगला बाजारही मिळत आहे, ही एक आनंदाची गोष्ट आहे. कोलकत्त्याच्या सुकलेल्या साहित्याच्या वेगळ्या बाजाराने तर मला खूप भुरळ घातली. फक्त सुकलेल्या फुलांचा, फांद्यांचा एक वेगळा मोठा बाजारच तिथे आहे! इतक्या विविध प्रकारचे साहित्य पाहून काय खरेदी करू आणि काय नको असे होऊन जाते. आपल्याकडे प्रत्येक शहरात व प्रत्येक पुष्प प्रदर्शनाच्यावेळी विविध साहित्याने दुकाने नटलेली दिसतात. वाळलेले साहित्य मिळवण्याच्या भरपूर जागा आहेत. उदाहरणार्थ, आपण पिकनिकला गेलो तर जंगल, शेती, तलावाच्या काठाने भरपूर ज्वारी, बाजरीची कणसे, पाणकणसे, कुरडूची फुले, वाळलेल्या फांद्या, पाने, चिमणचारा (गवताचे तुरे), वाळलेले गवत, झाडांची मुळे इत्यादी साहित्य भरपूर प्रमाणात मिळते. इथे आपण बागेतल्या साहित्याविषयी बघणार आहोत.

आजकाल सायकस प्रत्येकाच्या बागेत असतो. त्याची वाढ अत्यंत हळू होते. त्याला वर्षातून एक किंवा दोन वेळाच पाने येतात. वर पानांचा एक तुरा येतो. याला एकदम ६ ते ७ पाने येतात. त्याच्या खोडांचे सौंदर्य दिसण्यासाठी ती चांगली वाढली की, खालच्या पानांचा एक थर कापावा. ही पाने उलटी बांधून ठेवावीत. आपल्याला त्याला आकार द्यायचा असेल तर, ओली असतानाच द्यावा. साधारण महिन्याभरात ती चांगली वाळतात. त्यांना आपल्या आवडीप्रमाणे सोनेरी, चंदेरी रंग द्यावा. गर्द हिरवा ऑइलपेंटही छान दिसतो. ही खूप टिकणारी असतात. ही तुम्ही गुच्छ व फुलांची रचना यांसाठी वापरू शकता. बागेतील चिमणचारा, गळून

पडलेल्या फुलांची दांडी (ती पुष्पकोषासहित असेल तर छानच दिसते.) आपल्याला रंगवून वापरता येते. केळीची पाने, पामची पाने, वाळवलेली फळे, सुकलेल्या झाडांची मुळे हे सर्व साहित्य आकर्षक रंग देऊन बाग सजविण्यासाठी किंवा घर सजविण्यासाठी वापरता येते. फुले, पाने, देठ टिकवण्याच्या पद्धती पुढीलप्रमाणे आहेत.

१) वजन ठेवून, दाब देऊन, सुकवलेले साहित्य तयार करणे –

या प्रकारे तयार केलेले साहित्य एकदम सरळ रेषेत असते. उलटे टांगून वाळवलेले साहित्य हे नैसर्गिक आकारात वेडेवाकडे असते. एका कागदावर (वृत्तपत्राच्या) आपल्याला हवे असलेले साहित्य काळजीपूर्वक पसरावे. नंतर त्यावर दुसरा कागद घालावा आणि त्याच्यावर जड वजन ठेवावे. यासाठी एक चांगला उपाय म्हणजे आपण गालिचा अंथरतो त्याच्या खाली साहित्य ठेवावे. या पद्धतीमुळे फुले, पाने अगदी सुस्थितीत राहतात. वर्तमानपत्राचा कागद फुला-पानांतील ओलावा शोषून घेतो आणि २-३ आठवड्यांत आपले साहित्य वापरण्यायोग्य होते.

सायकसची पाने

जुन्या पुस्तकात पाने-फुले ठेवून हे तयार करायची पद्धत तर सर्व लहान मुलांना परिचित असते. तसेच ते त्यांना करायलाही आवडते. वेगवेगळ्या प्रकारचे नेचे, पिंपळाची, सागाची पाने, पॉपी, अंथुरियम, कॅलेंड्युला अशी बऱ्याच प्रकारची पाने, फुले सुकवून तयार करू शकतो. ती रचनेसाठी वापरता येतात. शुभेच्छापत्रे व फ्रेम तयार करण्यासाठी यांचा चांगला उपयोग होऊ शकतो. बागेतल्या इतर पानां-फुलांचाही प्रयोग करून बघायला हरकत नाही.

२) जल उपचार (वॉटर ट्रिटमेंट) – निसर्गामध्ये जे सरळ वाढणारे साहित्य असेल (फांद्या, तुरे, पाने) त्याला बाकदार वळण द्यायचे असेल तर, ते या प्रक्रियेने देता येईल. उदाहरणार्थ, झाडूच्या काड्या सुट्या करून बादलीभर पाण्यात रात्रभर भिजत ठेवाव्यात. ओल्या असतानाच काथ्याने किंवा दोरीने बांधून, उलट्या टांगून २ दिवस सुकवाव्या. वाळल्यानंतर काथ्या किंवा दोर काढून टाकावा. त्यावर बांधलेल्या दोऱ्यांचे व्रण पडून त्या कुरळ्या (कर्ली) झालेल्या दिसतील. तसेच आपल्याला छान आकारही मिळेल. याप्रमाणे आपल्याला वेगवेगळ्या प्रकारचे सुकवलेले साहित्य तयार करता येईल.

३) फांद्या उलट्या टांगून वाळवणे – मोकळ्या, गरम, सावलीच्या ठिकाणी, जिथे हवा खेळती असते, अशा ठिकाणी आपल्याला हवी असलेली फुले,

वाळवलेल्या गव्हाच्या लोंब्या

पाने टांगती ठेवून सावलीत सुकवता येतात. या प्रकारात ती मूळच्या आकारात येतात. रंगात थोडासा बदल होतो. भडक लाल रंग साधारण काळपट पडतो व गुलाबी थोडा फिक्का पडतो. पांढरा थोडा क्रीम कलरचा होतो. पानेसुद्धा छान तयार होतात. हे साहित्य ताज्या फुलांच्या रचनेत जागा भरण्यासाठी म्हणून वापरता येते. काही वेळा पाने काढून फक्त फुले वाळवली तरी चालते.

अशा प्रकारे आपल्याला कांद्यांची फुले, गुलाब, लेडीज-लेस, डेझीच्या जाती, अस्टर, हैड्रजा वगैरे फुले सुकवून पुष्परचनेसाठी वापरता येतील.

४) ग्लिसरीनची प्रक्रिया करून ड्राय मटेरियल तयार करणे – फुले टिकवण्यासाठी ही एक चांगली, सोपी पद्धत आहे. फुलांचा सीझन असतो तेव्हाच ही पद्धती वापरावी. प्रथम नको असलेली, फार जून असलेली पाने काढून टाकावीत.

ग्लिसरीनच्या प्रक्रियेमध्ये फार कोवळी किंवा फार जुनी पाने वापरू नयेत. साहित्य असेल त्या प्रमाणात एका मोठ्या जारमध्ये १ ग्लास ग्लिसरीन असेल, तर २ ग्लास गरम पाणी घ्यावे. त्या पाण्यात तिरपे काप घेतलेली पाने-फुले उभी करून ठेवावीत. केलेले मिश्रण गरम असेल तरी काही हरकत काही. साधारण २ इंचापर्यंत देठ बुडवलेले असावेत. ते ग्लिसरीनचे द्रावण शोषून घेतील. पानां-फुलांचा रंग बदलेपर्यंत मिश्रण कमी झालेले असेल तर परत परत देठ बुडेपर्यंत ओतत राहावे. पाण्याची पातळी खाली जाऊ देऊ नये. काही वेळा शोषले गेलेले ग्लिसरीन पानांवर आलेले दिसते. ते कापसाने पुसून काढावे. जास्त दिवस ठेवू नये. नाहीतर चिखलासारखा कलर पाना-फुलांना येतो. जर गडद कलर आला तर पाव चमचा Chlohexidine टाकावे.

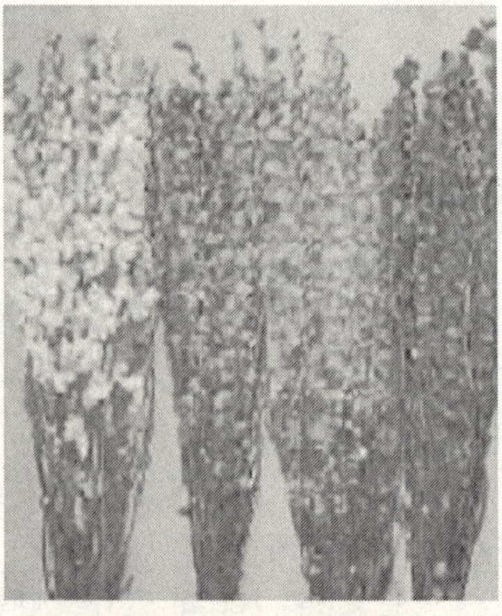

सुकवलेल्या फुलांचे तुरे

या प्रकारे आपल्याला मेडन हेअर फर्न (Maiden hair fern), ड्रेसीनाच्या

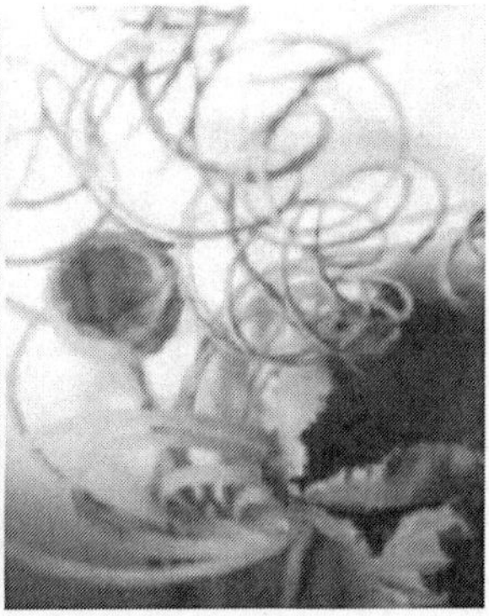

सुकवून तयार केलेल्या साहित्यातून तयार केलेल्या सुंदर पुष्परचना

अनेक जाती, निलगिरी, वेगवेगळ्या प्रकारचे नेचे, हायड्रंजा, बारीक पानांच्या व्हेरीगेटेड फायकसची पाने इत्यादी बऱ्याच प्रकारचे साहित्य टिकवता येईल.

या प्रकारचे साहित्य तयार करून छोटा लघुउद्योगसुद्धा तुम्ही घरच्या घरी चालू करू शकता. बघा, तुम्हाला छोटी बागसुद्धा काय-काय देते ते!

■

मृत प्राण्यांना उघड्यावर नका हो टाकू,
मातीत गाडा हो त्याचेही खत बनवू.

केशिकी (Keshiki)

ज्यांना बाग करण्यासाठी जागा नाही, उदा. अपार्टमेंटमध्ये राहणाऱ्या लोकांसाठी सोपी व लवकर होणारी रचना आहे केशिकी. याला कुंडीची आवश्यकता नाही. शेवाळामध्ये माती वापरून त्याचा बॉल केला जातो. त्यात बोन्साय केलेली किंवा इतर छोटी कुठलीही झाडे आपण लावू शकतो. हा बॉल टांगून पण ठेवता येतो किंवा एखादा बेंच, कॉफी ट्रे यावरही ठेवता येतो.

झाडांची निवड : निवड जरा काळजीपूर्वक करावी लागते. यामध्ये आपण कमीत कमी जागेत व कमी मातीमध्ये येणाऱ्या वनस्पती वापरू शकताो. फळे, फुले येणाऱ्या हंगामी वनस्पती पण या बॉलमध्ये छान दिसतात. ऋतूप्रमाणे बदलत जाणारे वनस्पतीतील सौंदर्य आपणही निरखू शकतो. काही सदाहरित वनस्पतीही यामध्ये लावता येतात. वेगवेगळ्या प्रकारच्या चेरी, आपल्याकडील शोभेची करवंदे, जंगली बोर, सरेसा, हाथार्न, नेचे इ. हंगामी फुलझाडे उदा. कुसामानो व शिताकोसो करताना जी झाडे सांगितली आहेत, ती सर्व झाडे आपण या बॉलमध्ये लावू शकतो. तसेच एखादे छोटे बोन्सायही या बॉलमध्ये लावू शकतो.

केशिकी हा प्रकार फारसा टिकाऊ नाही. तीन ते चार वर्षांपर्यंत एकदा केलेला बॉल राहू शकतो. याला कोकेडमा बॉल (Kokedama Ball) असेही म्हणतात. लहान बोन्सायची रोपे यात

लावून दोन ते तीन वर्षांनंतर परंपरागत बोन्सायसाठी वापरावीत. या बॉलसाठी फारसे नियम नाहीत. लहान छोटीशी रोपे केशिकीसाठी उत्तम. बॉल मुलांकडूनही भरून घेता येतो. तो त्यांनी भरल्यानंतर, दुसऱ्या रोपांसाठी नवीन बॉल करावा. मुलांनाही आवडेल असा हा गंमतीशीर प्रकार आहे.

कोकेडमा (Kokedama) करण्याची पद्धत : केटो सॉईल (Keto Soil) हा एक प्रकारच्या जपानी मातीचा प्रकार आहे. ही अतिशय सकस अशी असते. ती वाळल्यानंतर अतिशय कडक होते. अशी माती या कोकेडमा बॉलसाठी वापरली जाते. आपल्याकडील मातीचा बॉल अभंग राहत नाही. त्यासाठी आपल्याला या बॉलसाठी टेराकोटासाठी जी माती तयार करतात ती अत्यंत उपयुक्त आहे. माझ्याकडे तीन वर्षांपूर्वी टेराकोटाच्या मातीचा केलेला बॉल अजूनही उत्तम स्थितीत आहे.

टेराकोटाच्या मातीमध्ये थोडे स्पॅग्नगम मास बारीक कापून घालावे व घट्ट गोळा करावा नंतर त्याला टोपलीसारखे पोकळ करून घ्यावे व कुंडीत आपण झाड लावतो त्याप्रमाणे त्यात लाल विटांचा चुरा, बोन्सायची माती घालून झाड लावावे. झाड लावून झाल्यावर चेंडूला चांगला गोल आकार द्यावा. माती ओली असतानाच त्यावर विटांवरचे शेवाळ नीट चिकटवावे. शेवाळ निघू नये म्हणून बारीक हिरव्या सुती दोऱ्याने चेंडू गुंडाळावा. तीन ते चार वर्षं आरामात या चेंडूमध्ये झाड जगते, वाढते व फळे-फुलेही येतात. वरच्यावर कटिंग करून चेंडू सुशोभित ठेवावा. हा बॉल टांगूनही ठेवता येतो.

काळजी कशी घ्याल : पहिल्या महिन्यात पाणी काळजीपूर्वक घालावे. त्यास जास्त प्रेशरने पाणी मारू नये. नाहीतर चेंडूची माती विरघळण्याची शक्यता असते. सर्वसाधारण झाडासारखे त्याचे संगोपन करावे. तो सतत ओला राहील याची दक्षता घ्यावी. गरजेशिवाय पुनर्भरण करू नये. उन्हाळ्यात शेवाळ एखादे वेळेस वाळून जाते. पावसाळ्यात विटांवरचे शेवाळ लावावे.

कुठे ठेवाल : दोन ते तीन दिवसांसाठी घरात शोभेसाठी ठेवू शकाल. मोठ्या बोन्सायच्या शेजारी, खिडकीत, बेंचवर, कॉफी टेबलवर इ. ठिकाणी हा कोकेडमा ठेवू शकाल.

तुम्हीही पहा हा गमतीदार कोकेडमा करून. तसेच लहान मुलांनाही करायला मजा येईल. त्यांना गंमतही वाटेल व त्यांच्यामध्ये निसर्गाची आवडही निर्माण होईल. ■

शिताकुसा (Shitakusa) कुसामोनो (Kussamono)

विविध प्रकारच्या वनस्पतींनी कलात्मक रीतीने सजवलेली बाग नेहमीच आकर्षक दिसते. नवनवीन प्रयोग करून तिच्या सौंदर्यात भर घालावी. कमीत कमी जागेत बागेचा आनंद उपभोगता यावा यादृष्टीने हे दोन जापनीज प्रकार मजेशीर आणि छान आहेत. एप्रिल २०१७ या महिन्यात आम्ही आठव्या जागतिक बोनसाय परिषदेला जाऊन आलो. तिथे बोनसाय प्रदर्शनात सुंदर रचना पाहायला मिळाल्या.

शिताकुसा आणि कुसामोनो हे दोन जपानी शब्द आहेत. दोन्ही रचनांमध्ये खूप थोडा फरक आहे. जपानी लोकांच्या घरामध्ये सजावटीसाठी खिडकी किंवा चौकटीसारखी जागा ठेवलेली असते. त्यामध्ये जपानी गृहिणी एखादी पुष्परचना बोनसाय किंवा इतर वस्तूने कलात्मकरीत्या सजविते. त्या जागेला तोकोमोनो (Tokomono) म्हटले जाते. तोकोमोनो सजविण्यासाठी सिताकुसाचा उपयोग केला जातो. शिताकुसा या शब्दाचा अर्थ म्हणजे गवताखाली. ही रचना बोनसाय बरोबर किंवा स्वतंत्रही ठेवली जाते. एकाच प्रकारचे हवामान, पाणी, सूर्यप्रकाश लागणारी सुसंगत झाडे, गवत, झुडपे, नेचे, तसेच जमिनीवरील आर्किड वापरून याची रचना केली जाते. यात जंगली गवत, हंगामी रानफुले व शेवाळही वापरले जाते.

या रचनेमध्ये एखादा ऋतू तर एखादा प्रसंगही दाखवण्याचा प्रयत्न केला जातो. या कलाकृतीत इकेबानाप्रमाणे तत्त्वज्ञानाची पण सांगड घातली जाते. ही कधी स्वतंत्रपणे कुंड्यांमध्ये पण वाढवली जातात. बहर आल्यानंतर

ती तोकोमोनोमध्ये आणून ठेवली जातात व नंतर पुन्हा जागेवर ठेवली जातात. कुसामानो ही सुंदर एकत्रित झाडांची रचना आहे. या रचनेत निसर्गातील चारी ऋतूंचा आनंद आपणास उपभोगता येऊ शकतो.

शिताकुसो ही कुसामानोच्या थोडीशी विरोधी रचना असते. गवताबरोबर उगवणाऱ्या अनेक छोट्या वनस्पती असतात त्यांना शिताकुसो म्हणतात. यामध्ये एखाद्या जुन्या झाडाचाही उपयोग केला जातो. निसर्गातही एकटे झाड कधीच वाढत नाही. त्याच्या बरोबर अनेक वनस्पतीही असतात. तोकोमोनोमध्ये शिताकुसाची रचना करताना एखादे स्क्रोल पेंटिंग (Scroll Painting) लावतात. त्याला काकेमोनो (Kakemono) म्हणतात. टेंपास (Tempas) प्राणी, पक्षी, मानव, कीटक यांच्या प्रतिकृतीने ही रचना सजवली जाते.

आता आपण कसे तयार करायचे ते पाहूया. यासाठी आपणास सपाट कुंड्या लागतात, त्या बाजारात सहज मिळतात. एखादा खोलगट दगड, ड्रिफ्ट वूड (वाळलेले जुने लाकूड), नारळाची फुटलेली करवंटी, मातीचे गोळे, तुटक्या कुंडीचे तुकडे इ. टाकाऊ वस्तूंमध्येही या रचना आपण करू शकतो.

आपला सह्याद्री पश्चिम घाट अनेक छोट्या-मोठ्या सुंदर वनस्पतींनी बहरलेला आहे. बाहेर फिरायला जाताना सतत नजरेत येणारे डोंगरावरील, तसेच रस्त्याच्या कडेने असणारे गवत, बारीक फुले येणाऱ्या वनस्पती, लव्हाळे, शेवाळ याचाही तुम्हाला कलात्मकतेने उपयोग करता येईल.

यासाठी लागणारी माती : यामध्ये आपण खूप कमी माती वापरतो; परंतु ती ओलावा टिकवून ठेवणारी असावी. बोनसायची माती १/२, गांडूळ खत १/४ , थोडीशी बारीक वाळू व १/४ मॉस बारीक करून घालावे. छोट्या कुंडीत झाडे लावतो त्याप्रमाणे रोपे लावावीत व पाण्याने माती धुऊन जाऊ नये म्हणून विटांवरचे शेवाळ किंवा स्पॅग्नम मॉसवर चिकटवावे. इतर झाडांप्रमाणे छोट्या कुंडीत झाडे लावतो त्याप्रमाणे लावावे. पंधरा दिवसांतून एकदा थोडे खत व जंतूनाशक औषध वरून फवारावे.

झाडांची निवड : कुसामानो तुम्हाला सदाबहार बोनसायबरोबरही ठेवता येईल. उदा. फायकसच्या बोनसायसोबत ह्यामध्ये तुम्हाला विविध प्रकारचे नेचे (फर्न), ड्रेसीनाचे (Dracaena) प्रकार, पीलीया (Pileas), पेप्रोमीमाचे (Pepperomia)

प्रकार, सुंदर फुलांचे जमिनीवरील आर्किड, इफोरबीयामीली (Mini Euphorbia Milli), कुफीया (Cuphea), ऑक्सॉलीस (Oxalis), मांडूग्रास, हाथार्न, बारीक वनस्पती सीरेसा, बेबीज टेअर, छोटे गुलाब, सेरेसा बीगोनीयाची लहान फुले येणारी झाडे, छोटे डाळिंब व पेरू इ. अशा प्रकारच्या अनेक वनस्पती आपण या प्रकारात लावू शकतो.

■

केशिकी (Keshiki)

शिताकुसा (Shitakusa) कुसामोनो (Kussamono)

फुटक्या कुंडीतील नावीन्यपूर्ण बगीचा
(Broken Pot Garden)

फुटक्या कुंडीतील नावीन्यपूर्ण बगीचा
(Broken Pot Garden)

जपानी बगीचा (Japnees Garden)

फुटक्या कुंडीतील नावीन्यपूर्ण बगिचा

बागेत काम करताना बऱ्याचवेळा नवीन नवीन कुंड्याच फुटतात. त्या टाकून न देता त्यामध्ये झाडे लावूनही बागेची शोभा वाढवता येते. वेगवेगळ्या प्रकारच्या रचना फुटक्या कुंडीतही करता येतात. हा प्रकार अलीकडे इतका लोकप्रिय झाला आहे की, फुटल्यासारख्या, भोक पडलेल्या कुंड्या बाजारात मिळू लागल्या आहेत. तसेच मुद्दाम कुंड्या फोडून त्यात झाडे लावली जात आहेत.

फुटक्या कुंडीतही नावीन्यपूर्ण रचना करता येतात. फुटलेल्या कुंडीचे तुकडे घेऊन मुख्य कुंडीतील माती ढासळू नये म्हणून तुकडे खोवावेत व फोटोत दाखवल्याप्रमाणे रचना कराव्यात. फुटक्या कुंडीमध्ये हंगामी फुलझाडे, कॅक्टस, सॅक्युलंट व बोनसाय वापरून रचना तयार करता येतील.

या कुंडीत रचना करताना पाऊलवाट, पायऱ्या, डोंगर, धबधबा, मंदिर असे निसर्गचित्र तयार करता येते. तसेच फक्त टप्पे करूनही झाडे लावता येतात. त्यात एखादे मंदिर, झोपडी, पूल, एखादी मानवी आकृती, पुतळे अशा छोट्या वस्तू ठेवून तुटक्या कुंडीतील बाग सजवू शकतो.

कुंडीमध्ये झाडं निवडताना मिनिएचर झाडं (लहान झाडं) वापरावी. या मिनिएचर व्हरायटीमध्ये भरपूर प्रकारची झाडे (छोटी-छोटी संत्री, पेरू, डाळिंब,

एक्झोरा, सेरेसा, हाथर्न इ.) हल्ली नर्सरीत मिळतात, त्याचा वापर करावा.

झाडे अशा प्रकारची निवडावी, की जेणेकरून ती एकाच प्रकारातील असावी. म्हणजे त्यांना लागणारे हवामान, ऊन, पाणी हे सारखेच मिळते. उदा. जर सॅक्युलंट वापरले तर सर्व सॅक्युलंट वापरणे. कॅक्टस वापरले तर सर्व कॅक्टसच वापरावे. हंगामी फुलझाडे लावली तर एकाच हंगामातील लावावीत. म्हणजे त्यांना त्या त्या प्रमाणात ऊन, पाणी व खत देणे सुलभ होते. मिक्स झाडे वापरतानाही या सर्वांचा विचार करणे जरूरीचे आहे.

झाडे कुठली लावाल – ड्रेसीना (Dracaena), मांडुग्रास (Mondo-grass), नेचे, ग्राऊंड आर्कीड (Ground orchids), इपीसीका (Episcia), कुफीया (Cuphea), मिनी इफोरबाया (Mini Euphorbia Milli) इ. तसेच यात विटांवरचे शेवाळ, रीप, वेगवेगळ्या प्रकारचे रानटी गवत व फुलझाडेही यात वापरू शकतो.

कुंडी भरण्यासाठी – १/२ बागेची माती, १/४ गांडूळखत, १/४ विटांचा चुरा व १/४ बारीक बांधकामाची वाळू इ.

कुंडी खालपासून भरायला सुरुवात करावी. खालचा टप्पा आधी पुरा करून घ्यावा. नंतर कापरीचे तुकडे व माती यांची आकृतीत दाखवल्याप्रमाणे रचना करीत जावे.

■

जपानी बगिचा

एप्रिल २०१७ या महिन्यात आम्ही आठव्या जागतिक परिषदेसाठी जपानला जाऊन आलो. तिथे आम्ही मोठे जपानी बगीचे तर बघितलेच, त्याशिवाय परिषदेमध्ये आम्हाला ९' X ६' च्या छोट्या जागेत जपानी बागेची प्रात्यक्षिके दाखवली. हीरोयुकी ओगीहारा (Hiroyuki Ogihara) या जपानी तज्ज्ञाने ही अप्रतिम प्रात्यक्षिके दाखवली. जपानी भाषा समजत तर नव्हतीच; पण भाषांतर करून सांगणाऱ्या दुभाष्याचे इंग्रजीही समजत नव्हते; मात्र उत्तम सादरीकरणामुळे कशाचीच अडचण भासली नाही.

जपानी बागेची रूपरेषा

जपान हा निसर्गाने नटलेला अतिशय सुंदर देश आहे. फुला-फळांनी बहरलेली झाडे, नद्या, डोंगर, पर्वत, तलाव ही जपानला भरभरून मिळालेली निसर्गाची देणगी आहे. जपानी माणूसही तितकाच निसर्गवेडा आहे. त्यामुळे जपानी बागेत कृत्रिमतेपेक्षा नैसर्गिकतेला जास्त महत्त्व दिलेलं आढळतं. नैसर्गिक रचनेला प्राधान्य व निसर्गातील विविधतेचा आविष्कार दाखवणे, हे जपानी बागरचनेचे कौशल्य असते.

प्रात्यक्षिक दाखवताना त्यांनी ९ 'X ६' चा एक चौकोनी .....चा ट्रे निवडला. त्यामध्ये त्यांनी मोठे दगड, त्यानंतर छोटे दगड लावून आपल्याला हवा तसा खड्डा तयार करून घेतला. नंतर जिथे झाडे लावायची आहेत, तेथे त्यांनी माती टाकून घेतली. पाणी दाखवून त्यात संगमरवराचा ग्रीट वापरून त्यांनी बेट निर्माण केले. बेटाच्या बाजूला जंगल व आजूबाजूला पाण्याचा प्रवाह असा सुंदर देखावा त्यांनी तयार केला. त्यात आकृतीत दाखवल्याप्रममाणे कमी-जास्त उंचीची झाडे त्यात लावली. अशाप्रकारे एक तासात त्यांनी सुंदर बाग तयार केली. काही टिप्स सांगितल्या आहेत त्या पुढीलप्रमाणे –

१. सर्व झाडांची उंची एकसारखी ठेवायची नाही.

२. दगड विषम संख्येनेच वापरावेत.

जपानी बागेमध्ये समुद्र, नदी, ओहळ व डोंगर, निसर्ग यांचे सुंदर सादरीकरण केलेले असते. या उलट पाश्चिमात्य शैलीच्या बागेत सजवलेली घरे व कृत्रिम वस्तू असतात आणि हे निसर्गाच्या विरोधी आहे, असे ते मानतात. हा फरक पाश्चिमात्य बगीचा आणि जपानी बगीचा यांच्यामध्ये आहे.

१. जपानी बागेमध्ये निसर्गाचा समतोल राखणाऱ्या वस्तूंचा उपयोग केला जातो.

२. जपानी बागेमध्ये चार ऋतुंचा आभास निर्माण करण्याचा प्रयत्न असतो.

उदा. वसंतातील पालवी, शिशिरातील पानगळ, ग्रीष्मातील लाली, थंडीतील बर्फाची चादर (Spring, Autumn, Summer, Winter)

तरीपण महत्त्वाची गोष्ट ही, की प्रत्येक वर्षी कटिंग करून बागेची काळजी घेतली जाते. जेणेकरून त्याचे सौंदर्य कायम राहील.

जपानी बाग तयार करणे आणि त्याची निगा राखणे याला ते 'निवाशी'(Niwashi) असे म्हणतात. जपानमध्ये जवळ जवळ एक लाख वीस हजार एवढ्या बागा आहेत. त्यांना कठीण सरकारी परीक्षेला सामोरे जावे लागते.

ट्रेनी (शिकाऊ) म्हणून जपानी बागेचे कौशल्य शिकणाऱ्या स्त्रिया आणि परदेशी नागरिक यांची संख्या हळूहळू वाढते आहे. आपल्याकडे जसा खराटा (नारळाच्या झावळीपासून केलेल झाडू) आपण वापरतो, तसा बांबूचा झाडू ते बागेत पडलेला पालापाचोळा, शेवाळ, वाळू, दगड, धूळ साफ करण्यासाठी वापरतात.

वरील तंत्र वापरून अगदी छोट्यातल्या छोट्या ट्रे गार्डनपासून मोठ्यात मोठीही गार्डन आपण बनवू शकतो. आपण यासाठी आपल्याकडील झाडे निवडून सुंदर जपानी बाग बनवू शकतो. ही बाग जपानी वाटण्यासाठी त्यात पॅगोडा, मानवी आकृती, पक्षी, पूल, जपानी कमान वापरून आपली गार्डन सुशोभित करू शकतो. ■

विभाग -४

पर्यावरणाचे ऱ्हासपर्व

घरी-दारी वृत्तपत्र, दूरदर्शनमध्ये आपण सतत पर्यावरणाविषयी ऐकत असतो. पण त्याच्या भयानकतेची आग अगदी आपल्या दारापर्यंत पोहचली आहे, याची जाणीव फार कमी लोकांना आहे. 'शिवाजी जन्मावा तो दुसऱ्यांच्या घरात' अशी मानसिकता सगळीकडे दिसते. ही आपली जबाबदारी नसून ती सरकारची, राज्याची, महापालिकेची जबाबदारी असे आपण समजतो. सर्वांचे पर्यावरणाबाबतीत एकमतही आहे. आपण फक्त बोलतो, 'जंगले नष्ट झाली', 'पृथ्वीचे तापमान दिवसेंदिवस वाढत आहे'. पण प्रत्येकाने काहीतरी केले पाहिजे ही जाणीव फार कमी लोकांमध्ये दिसून येते. पर्यावरणासाठी जनजागृती ही फार महत्त्वाची आहे.

१९७२मध्ये स्टॉकहोममध्ये पहिले विश्व मानव संमेलन भरले होते. त्यामधून ही माहिती बाहेर आली. १८व्या शतकात उद्योगीकरणाला सुरुवात झाली. उद्योगीकरणामुळे पृथ्वी, जल, वायु, आकाश ही पंचतत्त्वे प्रदूषित होण्यास सुरुवात झाली. या परिषदेमध्ये पर्यावरणाच्या संरक्षणाला प्राधान्य देण्याचा संकल्प करण्यात आला. त्यानंतर अनेक आंतरराष्ट्रीय पर्यावरण परिषदांमध्ये चिंता व्यक्त करण्यात आली. दरवर्षी ५ जून हा 'जागतिक पर्यावरण दिन' म्हणून साजरा करण्याचा निर्णय घेण्यात आला, जेणेकरून पूर्ण जगात पर्यावरणाविषयी जागरूकता निर्माण व्हावी.

भारतामध्येसुद्धा पर्यावरणाच्या सुरक्षिततेच्या दृष्टीने पावले उचलण्यात आली. त्यामध्ये राष्ट्रीय पर्यावरण मंत्रालयाची स्थापना, जलप्रदूषणावर नियंत्रण इत्यादीसाठी मंडळे स्थापन झाली.

या सर्व उपायांनी सध्यातरी फारसा फरक पडलेला दिसत नाही. वेगवेगळ्या वैज्ञानिक संस्था, जागतिक आरोग्य संस्था (WHO), युनेस्को यांसारख्या संस्थांनी पर्यावरणावर संशोधन करून असा अहवाल दिला आहे की, 'योजलेले उपाय अगदी तोकडे आहेत. दिवसेंदिवस प्रदूषण वाढत आहे.' संशोधकांनी गांभीर्याचे इशारेही दिले आहेत. प्रदूषणासाठी काही ठोस उपाय अमलात आणले नाहीत तर येत्या २-

३ शतकात जनजीवन नष्ट होऊन जाईल. त्यांच्याकडून आश्चर्यचकित करणारी माहिती-आकडेवारी प्रसिद्ध झाली आहे. ती अशी –

- मोठ्या संख्येने वाढणारे कारखाने आणि वाहने यांनी २५ टक्के वातावरण प्रदूषित झालेले आहे. त्यामुळे अनेक प्रकारचे असाध्य रोग वाढत आहेत. प्रदूषणाचा वेग असाच वाढत राहिल्यास टँकरने प्राणवायू पुरवण्याची वेळ आल्याशिवाय राहणार नाही.
- मानवाच्या उत्पत्तीपासून ते आत्तापर्यंतच्या कालावधीमध्ये एकूण जेवढी जंगलतोड झाली नाही, एवढी जंगलतोड गेल्या १०० वर्षांत झालेली आहे. त्यामुळे २० लाख हेक्टर क्षेत्रातले पीक नष्ट झालेले आहे. शिवाय ६० लाख हेक्टर जमीन नापीक होत आहे. पूर, दुष्काळ अशी संकटे वाढतच आहेत. ४५ हजार वनस्पती, झाडेझुडपे आणि ७० हजार वन्य प्राण्यांच्या प्रजाती नष्ट होण्याच्या मार्गावर आहेत.
- उद्योग, वाहने इत्यादीपासून निर्माण होणाऱ्या विषारी वायूंमूळे पृथ्वीचे तापमान निरंतर वाढत आहे. २०३०पर्यंत कमीत कमी ४ अंश सेल्सिअसपर्यंत तापमान वाढण्याचे संकेत दिले आहे. असे जर झाले तर हिमालयावरील बर्फ वितळेल आणि समुद्रजलाची पातळी वाढेल आणि त्यामुळे समुद्र काठावरील बरीच जमीन जलमय होईल.
- अंदमान-निकोबार द्वीपे, श्रीलंका हे समुद्रकिनारे प्रवाळांसाठी प्रसिद्ध आहेत. विविध रंगांचे प्रवाळ येथे पाहायला मिळतात. ते पाहण्यासाठी बरेच प्रवासी जात असतात. पण मागच्या काही वर्षांत तापमानात इतकी वाढ झाली आहे की, प्रवाळांचे रंग फिके पडत आहेत.
- वाढती लोकसंख्या आणि कारखान्यांचे विनाप्रक्रिया केलेले दूषित पाणी यांमुळे सर्व नद्या प्रदूषित होत आहेत. जवळजवळ दोन हजार प्रकारची रसायने, पेट्रोल, कीटकनाशके, खते, उद्योगांचा कचरा, प्लॅस्टिक, हॉस्पिटलचा कचरा हे सर्व मिळून भूजल दूषित करीत आहे.
- हरितक्रांतीमुळे अधिक पिके काढण्याच्या वेगामुळे, रासायनिक खते, कीटकनाशकांचा उपयोग ९९ टक्के वाढलेला आहे. त्याच्यामुळे भूजल, खाद्यपदार्थ, धान्य, भाजीपाला, दूध हे सर्व विषयुक्त बनत आहे.
- वायुप्रदूषण, जलप्रदूषण या बरोबरच ध्वनिप्रदूषणाचीही निरंतर वाढ होत आहे. वाहनांचा गोंगाट, बँडबाजे, लाउडस्पीकर, कर्कश संगीत, रंगीत दूरदर्शन, रेडिओ इत्यादींमुळे निष्पन्न होणाऱ्या ध्वनिप्रदूषणामुळे बहिरेपणा, हृदयरोग, रक्तदाब, मानसिक तणाव इ. रोग वाढत आहेत.
- ही झाली बाहेरची प्रदूषणे. संशोधकांनी सिद्ध केले आहे की, घरातील

उपकरणांमुळे जसे रेफ्रिजरेटर, एअरकंडिशनर, कीटकनाशके, स्प्रे, रंग, वॉर्निश, प्लॅस्टिक, रेक्झीन, सनमायकाचे फर्निचर या सर्वांमुळेही प्रदूषण होते. ते टाळणेही तितकेच महत्त्वाचे आहे.

- खेडेगावात लाकडांच्या चुलींमुळे जंगलतोडही होते व लाकूड जाळण्यामुळे विषारी वायू उत्पन्न होतो. त्यामुळे लहान मुले व म्हातारी माणसे या प्रदूषणाचे बळी ठरतात. दिवसेंदिवस मृत्यूचे प्रमाण वाढतच आहे.

भयंकर गरमी, पाण्याचा दुष्काळ, भांबावलेला जनसमुदाय, कमी झालेले पशुपक्षी, सुकून गेलेल्या वनस्पती आणि पाण्यासाठी सर्वत्र 'त्राहिभगवान' अशी अवस्था – हे सर्व पर्यावरणाचे दुष्परिणाम आहेत. प्रशासन, नगरपालिका, जनता या समस्येमुळे त्रस्त आहे. पण पहिल्या पावसाबरोबर हे सर्व विसरले जाते. पुढच्या वर्षी हीच समस्या दारात जेव्हा दत्त म्हणून उभी राहते तेव्हा या समस्येची पुन्हा अधिक तीव्रतेने आठवण येते. पण या समस्येवर कायमस्वरूपी उपाय शोधण्यासाठी काही ठोस पावले उचलली पाहिजेत. प्रत्येक जबाबदार नागरिक बरेचकाही करू शकतो. 'झाडे जगवा, झाडे वाचवा' ही मोहीम राबवली पाहिजे. प्रत्येकाने पाण्याचा आणि पेट्रोलचा थेंब वाचवला पाहिजे.

प्रदूषण असेच वाढत राहिले तर पुढील दोन-तीन शतकांत पुढची पिढी जिवंत राहील की नाही याविषयी प्रश्नचिन्ह डोळ्यासमोर उभे राहते. पण अजून वेळ गेलेली नाही. आपण खूप काही करू शकतो. प्रत्येक नागरिकाने याच्यावर विचार केला पाहिजे. अधिकतर लोक समजतात की, ही आपली जबाबदारी नाही, सरकारची जबाबदारी आहे. प्रदूषणाला आळा घालण्यासाठी प्रत्येक नागरिकाने स्वत: व समूहाने या संकटाला सामोरे गेले पाहिजे.

पर्यावरणाची सगळ्यात जास्त झळ जंगलांना बसलेली आहे, हे लक्षात ठेवून जास्तीत जास्त झाडे लावली जातील व जगविली जातील याकडे लक्ष दिले पाहिजे. जास्तीत जास्त प्रमाणात वृक्षारोपण केले पाहिजे. प्रत्येक नागरिकाने वर्षाकाठी एकतरी झाड लावून त्याची देखरेख करावी.

वृक्षांमुळे धूप होत नाही. वायू, ध्वनी, धूळ या सर्वांचे प्रदूषण झाडांमुळे थांबविले जाते. पूर्वीच्या लोकांना याची पुरेपूर जाणीव होती. यक्ष पुराणात,'दहा मुलांची योग्यता एका विहिरीला असते. १० विहिरींच्या बरोबरीचा तलाव असतो, १० तलावांच्या बरोबरीचा एक वृक्ष.' अशी वृक्षाची महती सांगितली आहे.

हे आपण करू शकतो – जंगलतोड वाचविण्यासाठी इमारतीला लागणारे लाकूड कमी करू शकतो. कागदाचा वापर कमी करावा. केवळ शुभेच्छापत्रांसाठी भारतात ३८ लाख टन लाकूड कापले जाते. म्हणून पर्यावरण रक्षणासाठी कमी कागदाचा वापर करावा.

सन १९४७मध्ये प्रत्येक भारतीयाच्या वाट्यास ५२३४ घन मीटर पाणी उपलब्ध होते. जे आज कमी होऊन २०२७ घन मीटर शिल्लक राहिले आहे. माहिती झालेल्या आकड्यांच्या आधारावरून पावसाच्या पाण्यापैकी ६ ते ७ टक्केच पाणी फक्त वापरले जाते. बाकी सर्व वाहून जाऊन समुद्राला मिळते. जमिनीतले पाणी हे सर्वांत मोठे उपलब्ध पाण्याचे साधन आहे. भूजल हा पिण्याच्या पाण्याचा सर्वांत मोठा स्रोत आहे. ती भूजल पातळीच दिवसेंदिवस खूप कमी-कमी होत आहे. वाया जाणारे पाणी वाचवणे आपल्याला गरजेचे आहे.

खालील उपाय आपण वैयक्तिकरीत्या करू शकतो.

१) दातांना ब्रश करताना, दाढी करताना नळ सोडून ठेवू नयेत. घराघरातून जे सांडपाणी ड्रेनेजद्वारा वाहून जाते ते पाणी नाली बनवून बागेसाठी वापरू शकतो. शॉवर ऐवजी बादलीने अंघोळ करायची सवय ठेवावी. पावसाळ्यात पाणी खूप वाहून जाते ते पाणी छोट-छोटे बांध घालून जमिनीत जिरवले तर भूजल पातळी वाढण्यास नक्की मदत होईल.

२) खेड्यांमध्ये चुलींचा वापर न करता बायोगॅस किंवा सौर ऊर्जेचा वापर करावा.

३) वाहनांचा वापर शक्यतो कमी करावा व आठवड्यातून एक दिवस वाहन न वापरण्याचे ठरवावे.

४) रासायनिक खताऐवजी कंपोस्ट खत, शेणखत वापरावे.

५) घरातला ओला-सुका कचरा वेगवेगळा करून, ओल्या कचऱ्यापासून गांडूळखत करून ते वापरून घर-आंगण स्वच्छ ठेवावे.

६) ध्वनिप्रदूषण ध्वनिवर्धकांद्वारे होते. वाहने, यंत्रे, कारखाने इत्यादींपासूनही ध्वनिप्रदूषण होते. या ध्वनिवर्धकांचा धार्मिक स्थळांमध्ये, लग्नकार्यात होणारा उपयोग बंद / कमी करू शकतो

अशा खूपशा गोष्टी आपण करू शकतो. यात महिलांचे योगदान महत्त्वाचे ठरू शकते. स्त्रिया हे काम इमानदारीने, जबाबदारी सांभाळून, जाणीवपूर्वक करू शकतील. याचं सर्वांत सुंदर उदाहरण म्हणजे 'चिपको आंदोलन'. १८व्या शतकाच्या सुरुवातीला राजस्थानमध्ये 'खेजरली' गावामध्ये घडलेली घटना आहे. जेव्हा तिथल्या राजाने 'खेजरली' गावामध्ये वृक्ष कापण्याचा हुकूम सोडला तेव्हा तिथल्या वृक्षाला आलिंगन देऊन एकानंतर एक अशा ३६५ महिलांनी आपले बलिदान दिले. त्याच्यानंतर राजाने साहजिकच आपला हुकूम मागे घेतला. यावरून आपल्याला खूपकाही शिकता येण्यासारखे आहे.

वैयक्तिकरीत्या आपण खूपकाही करू शकतो. आपले सण-वार उदाहरणार्थ, गुढी पाडवा एवढा मंगलमय सण. पण त्यासाठी केवढी प्रचंड बांबूची वनेच्या वने नष्ट होत असतील याची काही गणतीच करता येणार नाही. प्रत्येक जंगलातून

वेताच्या काठ्यांचे ट्रकच्या ट्रक भरभरून आणले जातात. तितकीच खेडोपाडी बांबूची तोड होते. एकदा गुढी उभारून झाली की, त्या काठीचा कोणी फारसा उपयोगही करीत नाही. कुठल्यातरी अडगळीच्या ठिकाणी तो बांबू पडून राहतो. पण त्यासाठी दरवर्षी नवीन काठी वापरली जाते. यासाठी दरवर्षी कितीतरी बांबूच्या जंगलांचा नाश होतो. त्याची मोजदाद केली तर आपण निसर्गाची किती हानी करतो ते लक्षात येईल. मोठ्या गुढी ऐवजी छोटी गुढी उभी करावी. हल्ली बाजारात बऱ्याच प्रमाणात या छोट्या गुढ्या मिळतात. थोड्याशा प्रयत्नाने आपणही त्या तयार करू शकतो. यामुळे सण साजरा होईल, परंपरा टिकेल, पण काही अंशी का होईना पर्यावरणाचा ऱ्हास कमी होईल. म्हणून या छोट्या गुढीचा प्रचार व प्रसार झाला पाहिजे.

छोटी गुढी

तशीच होळी. पूर्वीच्या काळी शोध लागले नव्हते. निसर्ग एवढा उद्ध्वस्त झाला नव्हता. होळीमागचा उद्देशही चांगला होता. पालापाचोळा जाळून स्वच्छता होत होती. पानगळीचे दिवस असल्यामुळे पालापाचोळाही खूप साठत असे. धुराने डास वगैरे कमी होऊन वातावरण शुद्ध करण्याचा तो एक प्रयत्न असायचा. पण आताच्या काळात एवढ्या मोठ्या प्रमाणात लाकडे, गोवऱ्या जाळणे कितपत योग्य आहे याचा विचार केला पाहिजे. आपण जर फक्त महाराष्ट्रापुरताच विचार करायचे ठरविले, तरी किती लाकडांचा नाश करतो, किती गोवऱ्या जाळून प्रदूषणात भर घालतो? यापासून काय फायदा होतो? तीच लाकडे, गोवऱ्या आपण वणवण भटकणाऱ्या गरीब गरजू लोकांना दिल्या तर कितीतरी जणांच्या चुली त्या लाकडावर पेटतील! स्मशानभूमीत दान केल्या तर कितीतरी सरपणाची बचत होईल. यासाठी आपण छोट्या गुढीप्रमाणे, होळीचाही पर्यायी विचार करावा. या वर्षी मी छोटी होळीच पेटवली. ती करायची पद्धत खालील प्रमाणे –

प्रथम एका बशीमध्ये (पोहे खायची), चिनीमातीची असली तरी चालेल किंवा देवाचे छोटे ताम्हणही या छोट्या होळीसाठी चालू शकेल. त्यामध्ये प्रथमत: थोडी वाळू किंवा माती पसरावी. त्याभोवती थोडी रांगोळी घालावी. मोठ्या होळीप्रमाणेच सर्व रचना या छोट्या होळीसाठी करावी. बागेतल्या कुंडीतील ५-६ वाळलेल्या काटक्या घेऊन त्या उभ्या कराव्यात. आधारासाठी सुती दोऱ्याने एका बाजूची टोके बांधली तरी चालतील. मग ती बशीमध्ये उभी करावी. छोटा हार घालावा. आपल्या नेहमीच्या प्रथेप्रमाणे होळी सजवावी व मध्ये कापराची वडी ठेवून होळी पेटवावी.

मिनी होळी

अगदी देव्हाऱ्यासमोर किंवा सार्वजनिक ठिकाणीसुद्धा ही होळी पेटवण्यास काही हरकत नाही. अगदी चिंचोक्या एवढी पोळी टाकून अन्न ही वाचवू शकाल. बरेच ठिकाणी घरोघरी होळी पेटवण्याचा प्रघात आहे. त्यांनी तर आवर्जून या छोट्या होळीची पद्धत सुरू करावी. होळी छोटी किंवा मोठी, काय फरक पडतो. परंपरा पाळली म्हणजे झाले. एकाने सुरुवात केली तर बाकीचे नक्की करतील. म्हणून स्वत:पासूनच सुरुवात करा. मी स्वत: यावर्षी ही छोटी होळी केली. खरं म्हणजे आजकाल मोठी होळी जागेअभावी जमत नाही. शहरात व फ्लॅटमध्ये तर नाहीच नाही. एवढी लाकडे जमवणे, गोवऱ्या जमवणे केवढे कटकटीचे काम असते. त्यापेक्षा या छोट्या होळीचा नक्की विचार करा.

तीच गोष्ट वटपौर्णिमेची. शहरामध्ये ट्रक भरभरून वडाच्या व पिंपळाच्या फांद्या पूजेसाठी तोडून आणल्या जातात. त्याऐवजी घरी कुंडीत झाडे लावून पूजा करता येते. जुन्या भिंतीवर, कंपाउंडवर अनेक वडा-पिंपळाची झाडे उगवलेली असतात. ती कुंडीत जगवून वटपूजा करावी.

सण म्हणजे काय असते, चांगल्याचा स्वीकार व वाईटाचा धिक्कार. प्रत्येक सणामागे मांगल्याचा आणि पवित्रतेचा संदेश असतो. अज्ञानातून ज्ञानाकडे तो एक

झाडांच्या फांद्या न तोडता भिंतीवर उगवलेली झाडे जगवून केलेली वटपूजा

मार्ग असतो. पुढच्या पिढीने तो कसा सांभाळावा म्हणून केलेला तो एक प्रयत्न असतो. म्हणूनच काळाच्या ओघात कालबाह्य ठरलेल्या गोष्टी आपण सोडल्या पाहिजेत हे निश्चित. लोकजागृती-क्रांतीशिवाय पर्यावरणांची क्षती, विनाश थांबवणे शक्य नाही. मी आशा करते, वृक्षप्रेमींनी एखादे जरी झाड लावले, जगवले तर हे पुस्तक लिहिण्याचा हेतू सफल झाला.

काही दुर्मीळ वृक्ष/वनस्पती

कळलावी

आंजन

ताम्हण

■

गणेशमूर्ती मातीची, पर्यावरणाला हिताची.

परसबागेतील औषधी वनस्पती

भारत हा देश विविध वनस्पतींनी संपन्न असा देश आहे. अगदी कन्याकुमारीपासून ते हिमालयापर्यंत, इथे अनेक प्रकारच्या वनस्पती आढळतात. एवढ्या विविध प्रकारच्या वनस्पती जगामध्ये क्वचितच सापडतील. या शतकात बऱ्याचशा वनस्पती जंगलतोडीमुळे नष्ट झाल्या व काही प्रजाती नष्ट होण्याच्या मार्गावर आहेत. शिल्लक राहिलेल्या वनस्पतींचा ठेवा प्रत्येक भारतीयाने सांभाळून ठेवला पाहिजे.

अतिशय प्राचीन अशी आयुर्वेदाची भारतीय परंपरा आहे. प्राचीन काळापासून ऋषी-मुनींनी आयुर्वेदशास्त्र विकसित केले आहे. चरक, सुश्रुत, माधवनिदान अशा कितीतरी प्राचीन अनमोल ग्रंथाचा वारसा आपल्याला मिळाला आहे आणि आपण ही परंपरा आजीबाईच्या बटव्यातून अजूनपर्यंत जोपासली आहे. आता तर आयुर्वेदाला जगभर मान्यता मिळालेली आहे. भारतीयांमध्ये असे एकही घर सापडणार नाही की, जिथे या वनौषधींचा वापर होत नाही. आज आपण परसबागेतील औषधी वनस्पतींची माहिती घेणार आहोत.

परसबागेतील सर्वांत पहिली वनौषधी म्हणजे तुळस. तिचे औषधी उपयोग जवळजवळ प्रत्येकाला माहिती आहेच. तिची उपयुक्तता जाणूनच आपण तिला देवीचे रूप दिले आहे. तुळशीमुळे घराभोवतालचे वातावरण शुद्ध राहते. डास, चिलटे वगैरे होत नाहीत. शिवाय ती अशी एकमेव वनौषधी आहे जी दिवसाही प्राणवायू सोडते व रात्रीही. इतर झाडे रात्री कार्बन डाय ऑक्साइड वायू सोडतात. तुळशीमुळे इतर झाडांपेक्षा वातावरण शुद्ध राहते.

खोकला, सर्दी, मुखदुर्गंधी, त्वचा विकार आदीवर तुळस गुणकारी आहे. साध्या-साध्या आजारांसाठी उठसूठ डॉक्टरांकडे जाण्यापेक्षा आपल्याला अगदी

घरच्याघरी परसबागेतील वनस्पती वापरून आजार बरे करता येतात, आटोक्यात ठेवता येतात. यासाठी आपल्याला परसबागेत कोणकोणती झाडे लावता येतात ते पाहू.

१) तुळस २) दूर्वा ३) बेल ४) माका ५) ब्राह्मी ६) अबोली ७) आळू ८) अडुळसा ९) आघाडा १०) आवळा ११) आले १२) उंबर १३) कोरफड १४) कोरांटी १५) कोहळा १६) गवती चहा १७) गोकर्ण १८) जाई १९) जास्वंद २०) डाळिंब २१) पारिजातक २२) पुदिना २३) बदाम २४) बकूळ २५) लसूण २६) वाळा २७) हळद २८) सब्जा २९) सीताफळ ३०) मेंदी ३१) कडुलिंब ३२) सदाफुली ३३) मेथी ३४) नागवेल (विड्याची पाने) ३५) गव्हांकुर ३६) शेवगा ३७) ओवा ३८) शतावरी ३९) मंदार ४०) आपटा

१. तुळस – तुळशीचे अनेक औषधी गुण आहेत. रातांधळेपणा, धनुर्वात, लहान मुलांची ओकारी, विषमज्वर, त्वचा रोग इत्यादी रोगांवर गुणकारी. लहान मुलांच्या ओकारीवर तुळशीच्या रसात मध घालून द्यावा. कान फुटतो त्यावर काळ्या तुळशीची पाने व माक्याचा रस एकत्र करून कानात घालावा.

२. दूर्वा – उष्णतेमुळे नाकातून रक्त पडते तेव्हा नाकात दूर्वांचा रस पिळावा. उचकीवर दूर्वांचा मूळरस एक ग्रॅम व दहा ग्रॅम मध एकत्र करून द्यावा. ओकारीवर तांदळाच्या धुवनात दूर्वा वाटून रस काढावा व त्यात खडीसाखर घालून खावे.

३. बेल – सर्व प्रकारचा अतिसार, बहिरेपणा, विषमज्वर, हृदयरोगांवर याचा उपयोग होतो. बाजारात बेलापासून तयार केलेली अनेक औषधे मिळतात.

४. ब्राह्मी – त्वचा विकारावर, केस गळणे, टक्कल पडणे इत्यादींवर उपयुक्त. ही बुद्धिवर्धक आहे.

आणखी काही परसबागेतल्या औषधी वनस्पतींचे उपयोग –

१. खोकल्यासाठी थोडी तुळशीची पाने व अडुळशाची पाने उकळून काढा करून दोन चमचे अनशापोटी घ्यावा, खोकला थांबतो.

२. मुखदुर्गंधीसाठी तुळशीची पाने दिवसातून दोन-तीन वेळा चावून खावीत, मुखदुर्गंधी कमी होते.

३. तुळशीचे बी रात्री भिजत टाकून सकाळी प्यावे, उष्णतेचे विकार कमी होतात.

४. पुदिना हा पोटाच्या विकारावर अत्यंत गुणकारी आहे. जेवणात चटणी, पुलाव यांचेसाठी याचा वापर करावा. पाणीपुरीचे पाणी पुदिना टाकून शक्यतो घरी बनवावे. पचनास चांगले.

५. पावसाळ्यात सर्दी-खोकल्यावर सकाळच्या चहात आले व गवती चहा

टाकून चहा घ्यावा. सर्दी-खोकला कमी होतो.

६. अर्धशिशीवर सकाळी सदाफुलीचा पाला, एक लसूण पाकळी, काळेमीठ थोडे वाटून दुखऱ्या बाजूवर लेप लावावा. असे तीन दिवस केल्यावर अर्धशिशी हमखास कमी होते.

७. एक चमचा मेथी रात्री भिजत घालून सकाळी अनशापोटी चावून खावी. मधुमेह आटोक्यात राहतो.

८. पांढऱ्या सदाफुलीची कोवळी पाने नियमित खाल्ल्यास रक्तातील साखर कमी होण्यास मदत होते.

९. जांभळाच्या बियांची पावडर सकाळी नियमित घेतल्यास रक्तातील साखर कमी होते.

१०. जखमेवर हळदपूड टाकल्यास जंतुसंसर्ग होत नाही.

११. उन्हाळ्यात वाळा टाकून पाणी प्याल्याने उष्णता कमी होते.

१२. जास्त उलट्या होत असल्यास उकळत्या पाण्यात तीन ते चार लवंगा टाकून ते पाणी प्यावे, उलटी कमी होते.

१३. दात दुखत असल्यास लवंग दातात धरावी. दातदुखी कमी होते.

१४. खोकल्याची उबळ आल्यास लवंग तोंडात ठेवल्याने कमी होते.

१५. कोथिंबिरीचा रस रोज अर्धा ग्लास घेतल्यास मधुमेह आटोक्यात राहतो.

१६. कार्ल्याचा रस आठ ते दहा दिवस नियमित सकाळी घेतल्यास रक्तातील साखर हमखास कमी होते.

१७. इन्शुलीन प्लँटचे एक पान रोज रात्री ग्लासभर पाण्यात भिजत ठेवावे व सकाळी उठल्यावर पान चावून खाऊन ते पाणी प्यावे. साखर पंधरा दिवसात कमी होते.

१८. चमचाभर दह्यात हरभऱ्याएवढी हिंगडी टाकून घेतल्यास जुलाब थांबतात. ही आवेवर जास्त गुणकारी आहे.

१९. दुधी भोपळ्याचा रस हृदयविकारावर अतिशय गुणकारी.

२०. आंबाडीच्या भाजीने पोट साफ होते.

२१. गुलकंदामुळे उष्णतेचे विकार बरे होतात.

२२. काकडीचे काप डोळ्यावर ठेवल्यास, डोळे थंड होतात व काळी वर्तुळे कमी होतात.

२३. मेंदी व आवळ्याची पावडर भिजत घालून (पाच ते सहा तास) केसाला लावल्यास केस चमकदार होतात व कंडिशनर म्हणून उपयोग होतो.

२४. माक्याचा रस काढून तो खोबरेल तेलात उकळून ठेवावा. रोज या तेलाचा वापर केल्यास केस काळे राहण्यास मदत होते.

२५. कोरफडीच्या गरामध्ये मेथी भिजत ठेवून ती वाटून डोक्याला लावली असता, खवडा, चाई, कोंडा इत्यादी कमी होतात व केस निरोगी राहतात. केसांची वाढ होते.

२६. रात्री तेल लावून एरंडाची पाने डोक्यावर बांधली असता, डोक्याची व तळपायाची जळजळ कमी होते.

२७. रात्री झोपताना कढत दुधात हळद टाकून घेतल्यास खोकला कमी होतो.

२८. पानपिंपळीची पावडर मधातून थोडी-थोडी चाटल्यास कोरडा खोकला थांबतो.

२९. गव्हाचा तृणरस कॅन्सर, हृदयरोग, ॲनेमिया, अल्सर इत्यादीवर अत्यंत गुणकारी असतो.

कोरफड

शतावरी

■

ठेवा तुम्ही याची जाण,
झाडांच्या मुळांना हवे हवा-पाण्याचे योग्य प्रमाण.

रासायनिक खते व कीटकनाशकांचे दुष्परिणाम

आपण बाजारात मिळणारी रासायनिक खते व कीटकनाशके आणतो व वापरतो. त्याच्या अतिरिक्त वापरामुळे अनेक दुष्परिणामांना तोंड द्यावे लागत आहे. ही जागतिक समस्या बनली आहे.

रासायनिक खतांमुळे जमिनीचा कस कमी होतो. क्षार भरपूर वाढतात. या खतांवर वाढलेल्या पिकांवर किडींचा प्रार्दुभाव लवकर होतो. रासायनिक कीटकनाशके फवारल्यानंतर त्यांचा बराचसा अंश भाज्या, फळे, धान्य यांमध्ये राहून जातो. ते मानवजातीला अपायकारक ठरत आहे. पावसामुळे शेतातील पाणी, नदीनाल्यात मिसळते. त्यातही अतिरिक्त झालेली खते व कीटकनाशके मिसळतात व पाणी दूषित होते. दूषित पाण्यामुळे मासे, पाणी पिणारी जनावरे, माणसे यांच्या आरोग्यावर दुष्परिणाम होतात.

गेल्या दहा वर्षांत गिधाडांची संख्या ९९ टक्क्यांनी कमी झाली. प्राण्यांच्या मृतदेहातील डायक्लोफेनॅकच्या अंशामुळे गिधाडांचा मृत्यू ओढवतो. आईच्या दुधातसुद्धा कीटकनाशकांचा अंश सापडतो. धान्यातल्या अळ्या संपल्यामुळे चिमण्यांचे प्रमाण कमी झाले आहे. निसर्गाची अन्नसाखळीच खंडित होण्याचा धोका निर्माण झाला आहे. दूषित पाणी, फळे, भाज्या, धान्य यांमुळे कॅन्सर व इतर रोगांचे प्रमाण वाढले आहे. हे सर्व टाळण्यासाठी सेंद्रिय खते व वनस्पतिजन्य कीटकनाशके वापरून याची तीव्रता कमी करणे अत्यंत गरजेचे आहे. लोकांमध्ये याविषयी जागृती करणे गरजेचे आहे. यासाठी शक्यतो सेंद्रिय खते, गांडूळखत, शेणखत, कंपोस्ट खत, निमपेंड हे वापरून पिके काढावीत.

वनस्पतिजन्य रोगनाशके व कीटकनाशके ही काळाची गरज आहे. कडुलिंब, लसूण, सीताफळ, तुळस, मिरची, निर्गुडी, करंज, एरंडी, शेवंती, हळद, धोत्रा, मदनफळ, खैर, निलगिरी, झेंडू, बेशरमी, रानतंबाखू, रानतुळस, रानभेंडी, गवती चहा, पपई, घाणेरी, कर्दळ, निवडुंग, काजरा, कण्हेर, अडुळसा, मिरी यांसारख्या

कितीतरी वनस्पतींचा वापर रोग निवारण्यासाठी परंपरेने केला जातो.

काही जैविक व वनस्पतीजन्य कीटकनाशके

१. मित्रकिडी वापरून जैविक कीडनियंत्रण करता येते.

२. कडुनिंबात आढळणारे ॲझाडिरक्टीन हे जवळजवळ दोनशे वेगवेगळ्या किडींचा नाश करण्यासाठी उपयुक्त आहे.

३. तंबाखूचा अर्क फवारल्याने रसशोषण करणाऱ्या किडी उदाहरणार्थ, मावा, तुडतुडे, पांढरी माशी व फुलकिडे यांचे नियंत्रण करता येते. धोत्रा, निर्गुडी, मिरची, वेखंड, अडुळसा यांच्या द्रावणाचा चांगला उपयोग होतो. धोत्र्याच्या बीचे द्रावण फवारताना ते तोंडात अंगावर पडू न देण्याची काळजी घ्यावी.

४. दशपर्णी – कडुनिंब, करंज, निर्गुडी, लिंबारा, सीताफळ, वेखंड, मोंगली एरंड, जमालगोटा, कुडा, सब्जा या दहा वनस्पतींचा अर्क बनविला जातो. कीड नियंत्रक म्हणून हे अतिशय चांगले द्रावण आहे.

५. गोमूत्र हे एक चांगले कीटकनाशक आहे. ते सौम्य करून फवारल्यास अनेक किडींचा व रोगांचा नाश होतो व झाडांना खतही मिळते.

६. एरंडमुंगळीची लागवड केल्यास उंदीरनियंत्रण होते.

७. शेर या वनस्पतीच्या फांद्या टांगून ठेवल्यास चिलटे कमी होतात.

८. निमपेंडीचा उपयोग फळे व भाजीपाला यांसाठी केल्यास निरोगी व तजेलदार भाजीपाला, तसेच फळे मिळतात. शेणखताबरोबर कडुलिंबाची पेंड मिसळल्यास कीड व रोगप्रतिबंधाबरोबर खताचेही काम होते. प्रमाण – ५ ते ६ किलो शेणखताबरोबर ९ किलो पेंड.

९. नीमपानांचा उपयोग हिरवळीचे खत म्हणून करता येतो.

१०. मासळी खत, शेणखत, कंपोस्ट खत, गांडूळखत, बोनामील ही खते रासायनिक खतांना पर्यायी म्हणून वापरता येतात.

११. अमृतपाणी – नावाप्रमाणेच हे अत्यंत गुणकारी असे कीटकनाशक व खत म्हणून उपयोगी आहे. आजारी झाडे परसबागेतील भाजीपाला व बागेतील इतर झाडांसाठी अत्यंत उपयुक्त.

द्रावण तयार करण्याची पद्धत – अर्धा लीटर देशी गाईचे गोमूत्र, अर्धा किलो गाईचे शेण, ५० ग्रॅम गूळ ५ लीटर पाण्यात विरघळणे. दिवसांतून ३ वेळा सकाळ, दुपार, संध्याकाळ उलटसुलट घुसळणे (१२ वेळा उलट व १२ वेळा सुलट – क्लॉकवाइज व अन्टी क्लॉकवाइज) असे ३ दिवस करावे. नंतर ते द्रावण ४० लीटर पाण्यात मिसळून उपयोगात आणावे. प्रमाण अयोग्य झाल्यास मिश्रण चांगले तयार होत नाही. फसफसते आणि वास येतो. चांगले मिश्रण झाल्यास वास अजिबात येत नाही.

उपयोग – खत म्हणून १५ दिवसातून एकदा झाडांना घालणे. किड व रोग असेल तर त्या द्रावणाचा फवारा मारणे.

■

वृक्षनाश टाळा, सर्वत्र वनश्री फुलवा.

गांडूळखत तयार करणे

गांडूळखत तयार करणे म्हणजे 'आम के आम गुठलियोंके दाम'. कमी श्रमांमध्ये भरपूर काही साध्य करता येते. एकतर बागेतला पालापाचोळा, घरातला ओला कचरा, निर्माल्य, भाजीपाल्याचे देठ, खरकटे, फळांची साले अशा बऱ्याच गोष्टींचे करायचे काय, हा मोठा प्रश्न असतो. तो कचरा या गांडूळखताच्या प्रकल्पामुळे जिरवला जातो व उत्तम प्रतीचे खत मिळते आणि तिसरा महत्त्वाचा फायदा म्हणजे पर्यावरणालाही थोडा हातभार लागतो. थोड्याच श्रमात बरेचकाही साध्य करता येते. शिवाय या खतामुळे बागेत येणारी झाडे, फळे, फुले अतिशय निरोगी व भरपूर प्रमाणात मिळतात. रासायनिक खतांमुळे जे दुष्परिणाम होतात, म्हणजे माती खराब होते, भाजीपाला-फळे दूषित होतात ते टळते. सेंद्रिय खतांपासून मिळालेला भाजीपाला आरोग्यवर्धक असतो हे तर जगजाहीर आहे. चला तर, पाहू या गांडूळखत कशा प्रकारे तयार केले जाते.

हल्ली गांडूळखत तयार करण्यासाठी वेगवेगळ्या कंपन्यांच्या वेगवेगळ्या आकारात घडीच्या पिशव्या, खोके मिळतात. हे आकर्षकही असतात आणि सोईस्करही. आपण घरात कमी प्रमाणातील कचऱ्यासाठी खोकी वगैरेही वापरू शकतो. बागेतला, घरातला सर्व कचरा जिरवला जातो. त्यामुळे डास, किडी काहीही न होता बाग व परिसर स्वच्छ राहतात. थोडी काळजी घ्यावी लागते व पाणी लागते इतकेच. जर हा प्रकल्प आपल्याला मोठ्या प्रमाणावर करायचा असेल तर हा एक अर्थार्जन करण्याचा महत्त्वाचा व्यवसाय म्हणूनही राबवता येईल. खादी ग्रामोद्योग मंडळाकडून याला अनुदानही मिळते. 'विवम ॲग्रोटेक' ही कंपनी ही 'स्वरूप' गांडूळखत निर्मिती-संचय करते. त्यांची क्षमता १०० किलोपासून १००० किलो खत प्रतिमास. यासाठी निर्मितिक्षमतेची संयंत्रे उपलब्ध आहेत. हा उद्योग तुम्ही तुमच्या क्षमतेप्रमाणे लहान-मोठ्या प्रमाणात उभा करू शकता.

गांडूळखताच्या निर्मितीसाठी तुम्हाला सर्वांत आधी आवश्यकता असते ती

'बायोकल्चर'ची. दुधाचे दही करण्यासाठी जसे विरजण लागते त्याप्रमाणे कचऱ्याचे रूपांतर खतामध्ये करण्यासाठी 'बायोकल्चर' याचा वापर करावा लागतो. ही गांडुळांची अंडी असतात. तसेच ती वेगवेगळ्या प्रकारच्या गांडुळांची असतात. चांगल्या प्रकारचे कल्चर वेगवेगळ्या कंपन्या पुरवतात. साधारण १० किलो कचरा असेल तर १ किलो बायोकल्चर लागते. १ चौ.मी. किंवा ९ चौ.फूट क्षेत्रफळ जागेसाठी ५ किलो बायोकल्चर लागते.

बायोकल्चर व कचरा वापरून कुंडी, वाफा तसेच जमिनीतही झाडे लावता येतात. नवीन झाडे लावताना मातीची मुळीच गरज नाही. झाडे आधीच लावलेली असल्यास तेथील माती व्यवस्थित प्रमाणात कमी करून पुन्हा ही पद्धत वापरता येते. माती फक्त तळातच असली तरी चालते. एकदा कचरा वापरण्यास सुरुवात केली की, मध्येमध्ये माती वापरू नये. बायोकल्चरमध्ये माती मिसळू नये.

गांडूळखत कसे तयार कराल – तयार बॉक्स मिळतात ते घ्यावे किंवा एखाद्या वाफ्यात किंवा लाकडी खोक्यात हे करता येते. फक्त सुरुवातीला उष्टे खरकटे, अन्न वगैरे घालू नये. दोन महिन्यांनी हाडे, नारळाच्या करवंट्या, फळांच्या साली इत्यादी घालावे. खोके जमिनीवर न ठेवता विटांवर ठेवावे म्हणजे हवा खेळती राहील. तळात किमान पत्रा किंवा पोते पसरावे व त्यावर सुमारे २ किलो गांडूळखत टाकावे. त्यावर सुमारे २ किलो शेण किंवा १/२ किलो नीम पेंड पसरावी. त्यावर रोजचा जैविक कचरा टाकावा. आठवड्यातून एकदा १ लीटर पाणी शिंपडावे. एका वेळी कचऱ्याचा साधारण उंचीचा थर चालू शकतो. कचऱ्यास दुर्गंधी, घाण पाणी, अळ्या किंवा माशा अशा समस्या उद्‌भवल्यास वरून आणखी थोडे बायोकल्चर

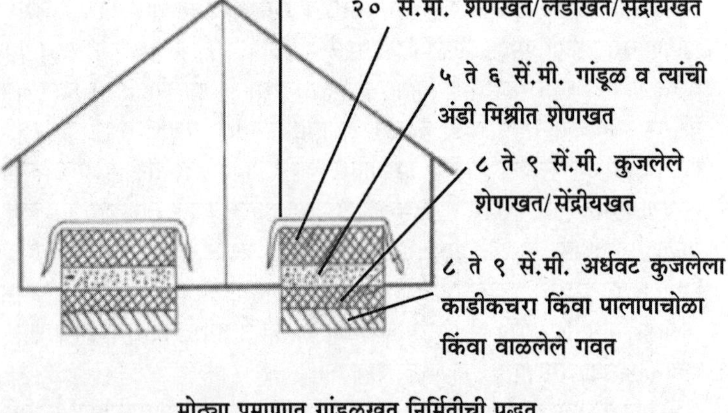

मोठ्या प्रमाणात गांडूळखत निर्मितीची पद्धत

घालावे. जसजसा कचऱ्याचा थर कुजत जाऊन खाली बसत जाईल व काळा पडत जाईल तसतसा कचऱ्याचा नवीन थर देत जावा. कचऱ्याच्या प्रक्रियेस सुमारे ७-८ दिवस लागतात. म्हणून दुसऱ्या कचऱ्याचा थर ७-८ दिवसांनी घालावा.

गांडूळखत वापरण्यास सुरुवात करण्यापूर्वीची काळजी –

१) मातीमध्ये विषारी औषधे, बी.एच.सी. गॅमॅग्झिन पावडर वा तशाच प्रकारची कुठलीही औषधे वापरलेली नसावीत.

२) वाफ्यातून, कुंड्यांतून पाण्याचा निचरा व्यवस्थित होत असावा.

३) गांडूळखत प्रक्रिया कोणत्याही ऋतूत सुरू करता येते पण नवशिक्यांनी सुरुवात शक्यतो पावसाळ्यात करावी.

४) एकदा कचरा टाकून झाल्यावर पुन्हा पुन्हा तो ढवळू नये. गांडुळे झाली आहेत की नाहीत ते तपासू नये. त्यामुळे खत तयार करायच्या प्रक्रियेत व्यत्यय येतो.

५) मधूनमधून गाईचे शेण भरपूर पाणी मिसळून टाकावे.

६) कचरा नेहमी पसरून घालावा.

७) ही नैसर्गिक प्रक्रिया आहे. म्हणजेच कचरा टाकल्यानंतर लगेच खत मिळत नाही. त्यासाठी थोडा कालावधी लागतो. पण एकदा ही प्रक्रिया चालू झाली की, आपल्याला खत खात्रीलायकरीत्या मिळत राहते.

८) आठवड्याला १ इंच थरापेक्षा जास्त कचरा घालू नये.

कीड आल्यास उपचार –

१) रासायनिक खते, औषधे कधीही वापरू नयेत.

२) कडुनिंबाचा पाला पाण्यात उकळून तो गार करून ते पाणी पानांसकट खोक्यात किंवा तुम्ही तयार करीत असलेल्या खताच्या जागेवर मारावे.

३) निंबोळ्या ४८ तास पाण्यात भिजवून ते पाणी गाळून फवारावे.

४) १ वाटी आंबट ताकात २० वाट्या पाणी, अर्धा चमचा हिंग, हे मिश्रण फवारावे किंवा झाडाच्या बुंध्यात, कुंडीत ओतावे.

५) गोमूत्र पाणी घालून शिंपडावे.

६) झेंडूची फुले ४८ तास पाण्यात भिजवून ते पाणी गाळून फवारावे.

गांडूळखताच्या वापराचे फायदे -

१) झाडाचे पोषण व्यवस्थित होऊन त्याच्यात रोग / कीड प्रतिकार शक्ती वाढते.

२) फळा-फुलांची प्रत सुधारते व ती उत्तम वाढतात.

३) इतर कुठलेही खत द्यावे लागत नाही.

४) माती बदलावी लागत नाही.

५) पाणी कमी लागते.

६) कमी खर्चात भाजीपाला व फळे मिळू शकतात.

७) कुठलीही मशागत करावी लागत नाही.

८) गांडूळखत हे सेंद्रिय खत आहे. मातीत जीवाणूंची वाढ होते. हे जीवाणू माती जिवंत ठेवतात.

व्हर्मी कंपोस्ट म्हणजेच गांडूळखत. हे स्वस्त आणि विपुल पोषक तत्त्वे असणारे खत आहे. यामध्ये ०.७२ टक्के नायट्रोजन, ०.२५ टक्के फॉस्फरस आणि पोटॅशचे प्रमाण २.७४ टक्के इतके आहे. शिवाय इतर पोषकमूल्ये असतात.

वैज्ञानिकांच्या मते गांडुळे १००० टन ओल्या जैविक पदार्थांचे ३०० टन खतामध्ये परिवर्तन करतात. जगात गांडुळांच्या १८०० प्रजाती आहेत. 'फोरीटीमा' नावाची जात ही खतासाठी चांगली व सर्वत्र विपुल प्रमाणात उपलब्ध होणारी आहे.

■

भाज्यांची देठे, चहाचा चोथा, मातीत पुरून खत बनवा.

घराजवळच्या बागेत फलवृक्ष कसे लावावेत?

घराभोवतालच्या बागेत आपण काही फलवृक्ष लावू शकतो. घराच्या पूर्व बाजूस फलवृक्ष लावावेत. फळझाडांना भरपूर ऊन व सूर्यप्रकाश लागतो. त्याशिवाय फळधारणा होत नाही. घराजवळ आपण नारळ, पेरू, डाळिंब, चिकू, लिंबू आणि एखादा आंब्याचा वृक्ष लावू शकतो.

नारळ

हवामान – नारळाला उष्ण व दमट हवा मानवते. परंतु कोरड्या हवामानातही नारळाचे पीक चांगले येते.

जमीन – आंबा, नारळ पिकासाठी जमीन साधारणपणे मध्यम प्रतीची लागते. पाण्याचा निचरा होणाऱ्या जमिनीत नारळाचे पीक चांगले येते.

जाती – उंच वाढणारी बाणवली, लक्षद्वीप, ठेंगू वाढणारी डार्क ऑरेंज, हायब्रीडमध्ये T.X.D. D.X.T नर्सरीमध्ये रुजलेली, चांगली ९ ते १० महिने वयाची जोमदार दिसणारी, ५ ते ६ पाने असणारी व पाने लवकर विलग झालेली रोपे निवडावी. रोपाचा बुंधा आखूड व जाड असावा.

लागवड – नारळाची लागवड ७.५ ते ९ मीटर अंतरावर करावी. घराच्या कुंपणाभोवती ५ ते ६ मीटर अंतर चालू शकते. नारळासाठी (तसेच सुपारी, चिकू, आंबा यांसाठी) साधारण ३ × ३ × ३ फूट असा खोलवर खड्डा खणावा व त्यामध्ये रोप लावावे.

खते – पहिल्या वर्षी १० किलो शेणखत, ५०० ग्रॅम युरिया, ६०० ग्रॅम सुपर फॉस्फेट व ३४० ग्रॅम पोटॅश घालावे. नंतर हाच डोस दरवर्षी वाढवत जावा.

कीड –

१) गेंड्या किडा -

गेंड्या भुंगा शेंड्यामध्ये नवीन येणारा कोंब खातो.

नियंत्रण – भोंग्यानी पोखरलेली छिद्रे पाहून भोंगा मारणे. कीटकनाशक व वाळूचे मिश्रण करून छिद्र बुजवणे.

२) सोंड्या किडा –

ही अळी खोडाचा आतील मऊ भाग खाऊन खोड पोखरते.

नियंत्रण – भोंग्यानी पोखरलेली छिद्रे पाहून भोंगा मारणे. कीटकनाशक व वाळूचे मिश्रण करून छिद्र बुजवणे.

३) पाने खाणारी अळी –

नियंत्रण - ५० टक्के बी.एच.सी., ४० ग्रॅम पाण्यात मिसळून फवारणी करावी.

४) कोंब कुजणे –

नियंत्रण – कुजलेला कोंब काढून त्याठिकाणी बोर्डोपेस्ट लावावी.

बोर्डोपेस्ट - १ किलो चुना, ५ लीटर पाणी, १ किलो मोरचूद एकत्र करून बोर्डोपेस्ट तयार करता येते.

आंबा

हवामान – आंबा हे झाड उष्ण व समशीतोष्ण प्रदेशात येणारे असून भारतात सर्वत्र होते. जास्त प्रमाणात कोकण भागात चांगले पिकते.

जमीन – मध्यम प्रतीची, डोंगर उताराची, पाण्याचा निचरा होणारी, लहान टेकड्यांवरील, पडीक, कसदार अशा सर्व जमिनीत आंबा लागवड यशस्वी होते. चिकण मातीच्या भारी जमिनीत, पाणी साचून राहणाऱ्या सपाट जमिनीत व क्षारयुक्त जमिनीत आंबा लागवड करू नये.

जाती – हापूस, पायरी, गोवा, माणकूर, केशर, तोतापुरी, नीलम, रत्ना या काही प्रमुख जाती आहेत.

लागवड – ३ × ३ × ३ फूट खड्डा खणून शेणखत व मातीने खड्डा भरून घ्यावा. वाळवीचा उपद्रव होऊ नये म्हणून १०० ग्रॅम बी.एच.सी. शिंपडावे. नंतर कलम खड्ड्याच्या मध्यभागी लावून भोवती माती घट्ट दाबावी. कलमांना काठीचा आधार द्यावा. कलमाच्या वयोमानानुसार खते द्यावीत. पहिल्या वर्षी शेणखत १० किलो, ३०० ग्रॅम युरिया, ३०० ग्रॅम सुपर फॉस्फेट, मोरिडा पोटॅश १०० ग्रॅम असा डोस द्यावा. नंतर दर वर्षी हाच डोस थोडाथोडा वाढवत न्यावा. खते पावसाळ्याच्या अगोदर किंवा मोहोर येण्याच्या अगोदर द्यावीत. खते झाडाच्या विस्ताराखाली वर्तुळाकार चर काढून द्यावीत.

कीड

१) तुडतुडे - आंब्याच्या झाडांना मोहोर येण्याची क्रिया डिसेंबर १५पासून सुरू होते व ती साधारण जानेवारी अखेर पर्यंत चालते. मोहोराचे तुडतुड्यापासून रक्षण

करण्यासाठी खालीलप्रमाणे फवारणी करावी.

पहिली फवारणी किंचित मोहोर निघण्यापूर्वी खोडावर, पानावर, मोहोरावर करावी. कीटकनाशके : ५० टक्के कार्बारिन, २५ ग्रॅम पाण्यात मिसळणारे गंधक, १ लीटर पाण्यात मिसळून फवारावे. पहिल्या फवारणीनंतर दर दोन आठवड्यांनी दुसरी व तिसरी फवारणी करावी.

२) भिरुड - खोड तसेच फांद्यावर भोके पाडून आंब्याचा नाश करतो. तसेच तो खोड पोखरताना भुसा जमिनीवर टाकत असतो.

नियंत्रण - टोकदार तारेच्या साहाय्याने अळीचा नाश करावा. पेट्रोल किंवा डिझेल घालून ओल्या मातीने छिद्राचे तोंड बंद करावे.

३) शेंडे पोखरणारी अळी -

नियंत्रण - कीडग्रस्त काड्या काढून त्यांचा अळीसह नाश करावा किंवा १० लीटर पाण्यात १५ मिली इंडोसल्फान मिसळून फवारणी करावी.

४) फळमाशी - फळमाशीचे नियंत्रण करण्यासाठी कीडग्रस्त फळे, तसेच जमिनीवर पडलेली फळे एकत्र करून नायनाट केल्यास हा उपद्रव कमी होतो.

५) वाळवी - वारूळ शोधून नष्ट करावे व मध्यभागी एक छिद्र पाडून त्यात E.D.C.T. हे मिश्रण टाकून छिद्र बंद करावे. तसेच फांद्यांवर अथवा खोडावर उपद्रव असल्यास वाळवी काढून टाकून त्यासाठी B.S.C ९० टक्के पावडर लावावी.

याचप्रमाणे इतर फळझाडे लावू शकतो. तसेच किडीचा प्रादुर्भाव रोखू शकतो.

वेली

बागेत आपण वेली कमानींवर, कंपाउंडवर, छपरावर सोडण्यासाठी लावतो. वेली सर्व प्रकारच्या असतात.

१) भक्कम वेल २) कमकुवत वेल (त्यांना आधार द्यावा लागतो.) ३) फुलवेली ४) पानवेली ५) खोडवेली ६) फळे देणाऱ्या वेली.

जास्मीन प्रकारामध्ये जाई, जुई, मोगरा, चमेली, सायली, कुंदा या वेली येतात. हे सर्व प्रकार कमकुवत वेलीमध्ये मोडतात. या सर्व वेली लावण्यासाठी वेलीच्या फांद्या लागतात. गुटी कलम, दाब कलम करूनही आपल्याला रोपे मिळवता येतात. बाराही महिने फुले हवी असतील तर फांद्या छाटाव्यात. मोगरा वगैरे फुले जास्त हवी असतील तर पाणी बंद करून बहार धरू द्यावा. इतर काळजी फुलझाडांप्रमाणे घ्यावी.

■

वृक्षनाश म्हणजे जुन्या संस्कृतीचा नाश,
वाढते झाड हे राष्ट्राच्या प्रगतीचे चिन्ह आहे.

रोपवाटिका

सध्याच्या काळात रोपवाटिकेचा व्यवसाय चांगली आर्थिक प्राप्ती करून देऊ शकतो. बागेतील छोट्या रोपवाटिकेपासून ते अगदी दहा-बारा एकर जागेवर हा व्यवसाय छोट्यामोठ्या प्रमाणात करता येतो.

शासकीय बागा, कार्यालये, घरे, कारखाने, रस्तांमधील दुभाजक, हॉटेल अशा सर्वच ठिकाणी झाडांची, कुंड्याची, रोपांची आवश्यकता असते. अशिक्षित व्यक्तीपासून ते शेतकी पदवीधारक व्यक्तीपर्यंत कोणीही हा व्यवसाय कुवतीप्रमाणे करू शकतो.

आधुनिक तंत्रज्ञानाने ग्रीनहाउस उभे करून रोपवाटिका तयार केली जाते. सावलीतील रोपे, फुलझाडे, फळझाडे, कॅक्टस, सक्युलंट यांसाठी वेगवेगळे विभाग करावे लागतात. कारण प्रत्येक प्रकारच्या झाडांना पाण्याचे प्रमाण, उन्हाचे प्रमाण, आर्द्रता वेगवेगळे लागते. त्याप्रमाणे वातावरण तयार करावे लागते. सावलीतील रोपांसाठी शेडनेटची गरज असते. तर फुलझाडे व फळझाडे यांना भरपूर सूर्यप्रकाश व उन्हाची गरज असते. त्याप्रमाणे नियोजन करावे.

नर्सरीचे प्रकार

१) शेतीसाठी लागणारी रोपे :

ही मोठ्या प्रमाणावर लागतात. उदाहरणार्थ, टिश्यू कल्चर केळी, उसाचे बियाणे, वेगवेगळी फळझाडे, यांचा या नर्सरीमध्ये समावेश असतो. फुलशेतीसाठी लागणारी रोपे. उदाहरणार्थ, गुलाब, झेंडू, जरबेरा, शेवंती, कार्नेशन इत्यादी.

२) भाजीपाल्यांची रोपे व बियाणे :

यासाठी वेगळ्या नर्सरीची व्यवस्था असते. यामध्ये वांगी, फ्लॉवर, कोबी, कांदा, लसूण, भेंडी, गवार (बी) इत्यादी सुधारित नवीन नवीन वाणांच्या रोपांची नर्सरीत जोपासना करावी.

३) ग्रीनहाउसमधील नर्सरी :

गुलाब, डच गुलाब, कार्नेशन, जरबेरा, ऑर्किड तसेच ढोबळी मिरची, ब्रॉकली

इत्यादी देशी-परदेशी भाज्यांच्या रोपांसाठी ग्रीनहाउसची आवश्यकता असते. टिश्यू कल्चर पद्धतीने ग्रीनहाउससाठी रोपे तयार करतात.

४) बागेसाठी लागणारी नर्सरी :

यामध्ये जवळजवळ सर्वच प्रकारची झाडे येतात. सावलीतील रोपे, शोभिवंत फुलझाडे, फळझाडे, मोसमी रोपे, कॅक्टस, सक्युलंट, ऑर्किड इत्यादी या रोपवाटिका सध्या जास्त प्रमाणावर चालतात.

नर्सरीसाठी जागा : रोपांची नर्सरी बागकामासाठी असेल तर शहराजवळील जागा निवडावी. वाहतुकीसाठी रस्ता जवळ असावा. आडवाट असू नये. महामार्गाजवळ असेल तर अधिकच उत्तम प्रचार होतो व रोपांची विक्री चांगली होते. प्रथम जागेचे सपाटीकरण व मातीपरीक्षण करून घेणे योग्य ठरते. त्याप्रमाणे खतांचे डोस देता येतात. मातीमध्ये कंपोस्ट, गांडूळखत, शेणखत, कोकपीठ इत्यादी प्रमाणशीर घालून जमिनीचा पोत सुधारून घेता येतो.

पाण्याचे व्यवस्थापन : सगळ्यात महत्त्वाची बाब म्हणजे वर्षभर पाणी पुरवठा होईल अशी जागा निवडावी. कूपनलिका, नदीचा काठ, तलावाच्या काठालगतची जागा निवडावी. जेणेकरून रोपांना पाण्याची कमतरता भासणार नाही. ठिबकसिंचन पद्धतीचा वापर केल्यास पाणी कमी लागते.

आर्थिक नियोजन : नर्सरीसाठी शासकीय अनुदान मिळते.

साठवणुकीसाठी जागा (स्टोरेज फॅसिलिटी) : उत्पादन जास्त असेल तर रोपे, बी-बियाणे, कीटकनाशके, रिकाम्या कुंड्या, खते, शोभेसाठी लागणारे दगड, गोटे, अवजारे, ठेवण्यासाठी जागेची व्यवस्था करावी.

विक्री व्यवस्थापन : याठिकाणी भाज्या, फळे, रस, झाडांसाठी लागणारी औषधे, कीटकनाशके, खते, बागेत ठेवण्याच्या शोभिवंत वस्तू, अवजारे इत्यादी बागेसाठी लागणारे सर्व साहित्य विक्रीसाठी ठेवावे. रोपांबरोबर या साहित्याची विक्री होऊ शकते.

१) विक्रीसाठी ठेवलेल्या झाडांचा व्यवस्थित अभ्यास असावा. जेणेकरून ग्राहकांना सर्व माहिती मिळेल.

२) बाहेरून आणलेली रोपे दर्जेदार, तसेच नामवंत कंपनीची असावीत.

३) रोपांच्या दराचा तक्ता समोरच लावावा व तो वर्षाला बदलत राहावा.

४) विक्री केलेला माल ग्राहकांच्या घरी पोहोचवण्यासाठी वाहनाची व्यवस्था असल्यास फायदेशीर ठरते.

५) मोठमोठ्या कंपन्या, हॉटेल्स, कार्यक्रम इत्यादीसाठी मोठ्या झाडांच्या कुंड्या भाडेतत्त्वावर देण्याची सोय असावी.

६) लायब्ररीप्रमाणे घरांसाठी कुंड्या पुरवणे हाही एक व्यवसाय करता येईल.

खतांचे व्यवस्थापन : नर्सरीत झाडांचा पालापाचोळा, तण इत्यादी बराच कचरा साठतो. गांडूळखताचा एखादा प्रकल्प राबवावा. कमी खर्चात खत मिळते. आजूबाजूचा कचरा गोळा करून मोठ्या प्रमाणावर खतनिर्मिती करता येते. अतिरिक्त खत विकता येते. स्वत:ची शेती असेल तर शेणखत, कंपोस्टखत तयार करता येईल. एकूण खताच्या ७० ते ७५ टक्के खर्च रासायनिक कीटकनाशके व खतांवर होतो. सेंद्रिय खतांच्या वापरामुळे हा खर्च कमी होतो.

बोर्डो मिश्रण : बुरशीजन्य रोगावर एक स्वस्त औषध म्हणजे बोर्डो मिश्रण. मिश्रण तयार करून ते चार-पाच तासांचे आत फवारावे लागते.

मिश्रण तयार करण्याचे प्रमाण - १ किलो मोरचूद (कॉपर सल्फेट), १ किलो कळीचा चुना (कॅल्शियम हायड्रॉक्साइड), १०० लीटर पाणी हे सर्व एकत्र करून मिश्रण तयार करावे. याची पेस्ट पण करतात. हे नर्सरीसाठी अत्यंत उपयुक्त आहे. यामुळे खर्चाची बचत होते.

विकास :

सुरुवातीस उद्योग थोड्या प्रमाणात सुरू करून मग क्षेत्र वाढवत जावे. कुठल्या रोपांची मागणी जास्त आहे त्याचा अंदाज घेऊन रोपे तयार करावीत. रोज नवीन तंत्रज्ञान, नवीन जाती, वेगवेगळे निरोगी व नावीन्यपूर्ण प्रकार बाजारात येत असतात. सदृढ रोपांना उदाहरणार्थ, ऑर्किड, कॅक्टस, गुलाबाच्या जाती, सावलीतील शोभिवंत रोपे यांना वर्षभर चांगली मागणी असते.

हे लक्षात ठेवा :

१. वेळोवेळी कीटकनाशके वापरून किडी व रोगांचा प्रादुर्भाव होणार नाही याची काळजी घ्यावी. शक्यतो सेंद्रिय खते व वनस्पतिजन्य कीटकनाशके फवारावी. रोगग्रस्त झालेले पान व रोप काढून नष्ट करावे.
२. हरळी किंवा लव्हाळी असणारी जमीन रोपवाटिकेस वापरू नये.
३. रोपवाटिका क्षेत्रासाठी जमीन खोलवर खोदून भुसभुशीत करावी.
४. रोपवाटिका करण्यापूर्वी गुंठ्यास एक गाडी या प्रमाणात शेणखत द्यावे.
५. जमिनीच्या आकारानुसार ३ × १ मीटरचे गादीवाफे तयार करावेत.
६. बियाणे वापरताना चांगल्या कंपनीचे वापरावे म्हणजे चांगले उगवते.
७. पेरणीपूर्वी प्रति हेक्टर क्षेत्रास ५० किलो नत्र, ५० किलो स्फुरद, ५० किलो पलाश ही खते द्यावीत.
८. दोन ओळींमध्ये ८ ते १० सें.मी. अंतर ठेवून १ ते ५ सें.मी. खोलीवर बियाणे पेरणी करून मातीने झाकावे व बियाणे उगवेपर्यंत रोज पाणी द्यावे.
९. अधूनमधून तण काढत राहावे.

१०. रोपे काढण्यापूर्वी एक दिवस पाण्याचा ताण द्यावा. त्यामुळे नवीन जागेत रोप लावल्यामुळे येणारा ताण सहन होतो.

११. रोपे काढल्यानंतर एक तासात ती परत लावली पाहिजेत.

१२. लावणीची वेळ संध्याकाळी असावी किंवा ढगाळ हवामान असल्यास चालते.

■

बागकामासाठी लागणारी अवजारे

बागकाम करण्यासाठी अनेक अवजारांची गरज लागते. कुदळ, फावडी, झारी, बडिंग नाइफ, (कलमे करण्यासाठी लागणारा चाकू), वेगवेगळ्या प्रकारच्या कात्र्या, करवत, कुऱ्हाड, कोयता, बेलच्या, खुरपे, दातरी, औषध फवारणीसाठी पंप, लॉनला पाणी घालण्यासाठी स्प्रिंकलर (फवारा) इत्यादी अवजारे वेगवेगळ्या कामांसाठी लागतात.

ही सर्व अवजारे हाताशी येतील अशा ठिकाणी एकत्र ठेवावीत. बागकाम झाल्यानंतर साफ करून टर्पेन्टाइनने पुसून ठेवावीत म्हणजे ती गंजणार नाहीत व अधिक काळ टिकतील.

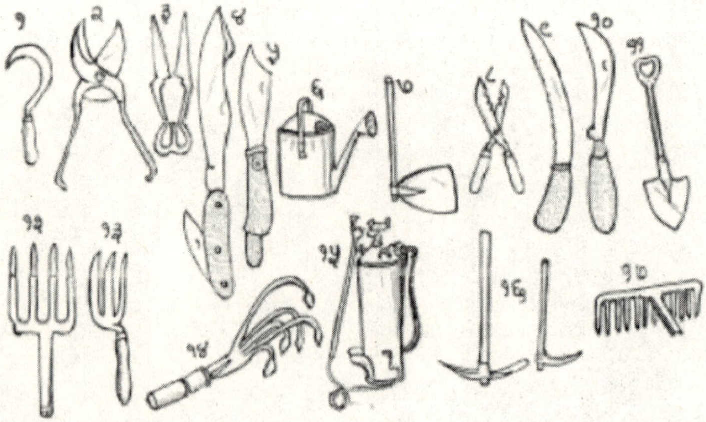

१. **खुरपे** - हे अवजार अतिशय उपयोगी व महत्त्वाचे आहे. खुरपे आपल्याला माती हलविणे, तण काढणे, रोपे लावणे, कुंडी लावणे, कुंडी रिकामी करणे इत्यादीसाठी उपयुक्त आहे.
२. **सिकेटर (कैची)** - याचा उपयोग झाडाच्या लहानमोठ्या फांद्या कापण्यासाठी होतो.
३. **गवत कापण्याची कात्री** - मशीनने कडेचे गवत कापले जात नाही त्या वेळी या कात्रीचा उपयोग होतो. अतिरिक्त गवत कापून हिरवळ एका उंचीची करता येते.
४. **बडिंग नाइफ** - हा एक विशिष्ट प्रकारचा चाकू असतो. हा कलमे करण्यासाठी अत्यंत उपयोगी आहे. उदाहरणार्थ, गुटी कलम, डोळा भरणे.
५. **ग्राफ्टिंग नाइफ** - गुटी कलम, डोळा भरणे, फांदीची साल काढणे इत्यादीसाठी उपयुक्त.
६. **झारी** - झारीने पाणी दिल्यास माती वाहून जात नाही, आजकाल पाण्याच्या नळीला बसविण्यासाठी झारीचे तोंड मिळते.
७. **फावडे** - माती सारखी करण्यासाठी, मातीत खते मिसळण्यासाठी, पाटीत माती भरण्यासाठी हे बहुउपयोगी अवजार आहे.
८. **कात्री** - झाडांना आकार देण्यासाठी, कुंपणाला आकार देण्यासाठी या कात्रीचा उपयोग होतो. उदाहरणार्थ, मेंहदी, डिडोनी
९. **करवत** - ही लहान-मोठ्या आकारात मिळते. लहान-मोठ्या फांद्या कापण्यासाठी हिचा उपयोग होतो.
१०. **कोयता** - मोठ्या झाडांच्या फांद्या कापण्यासाठी तसेच सालीचे नारळ सोलण्यासाठी याचा उपयोग होतो.
११. **बेलच्या** - याचा उपयोग वाफ्यातील गवत, पालापाचोळा काढण्यासाठी होतो. झाडाखालील जागा साफ करून वर आलेला पापडापण तोडता येते.
१२. **गार्डन फोर्क** - हा जरा आकाराने हँड फोर्कपेक्षा मोठा असतो. याचा उपयोग माती हलविण्यासाठी व खुरपणीसाठी होतो.
१३. **हँड फोर्क** - याचा उपयोग कुंडीतील व जमिनीवरील वाफ्यावर आलेली मातीची पापडी तोडण्यासाठी होतो.
१४. **हँड कल्टिवेटर** - याचा उपयोग गार्डन फोर्कप्रमाणे तण व माती हलविण्यासाठी होतो.
१५. **स्प्रेयर** - हा लहान-मोठ्या आकारात मिळू शकतो. औषधे, खते, पाणी फवारणीसाठी वापरतात.
१६. **कुदळ** - खड्डे खणण्यासाठी, जमीन उकरण्यासाठी

१७. गार्डन रेक (दातरी) - याचा उपयोग माती सारखी करण्यासाठी, कचरा, दगड, खडे एकत्र करण्यासाठी होतो.

या व्यतिरिक्त अनेक प्रकारची अवजारे उपलब्ध आहेत. पण सर्वसाधारणपणे एवढी अवजारे बागकामासाठी पुरेशी आहेत.

■

हंगामी फुलझाडांचा तक्ता

अ.नं.	फुलझाडाचे नाव	वनस्पतीचे शास्त्रीय नाव	अभिवृद्धी	फुलांचा रंग
१	अस्टर	कॅलिस्टेप्स	बिया	गुलाबी, पांढरा, निळा, जांभळा, लाल
२	गेलार्डिया	गेलार्डिया पलचेला	बिया	पिवळा, केशरी, मिश्र
३	कॉसमॉस	कॉसमॉस बायपिनॅट्स	बिया	पिवळा, केशरी, लाल, जांभळा
४	डेलिया	डेलिया पिनॅटा	ग्रंथील मुळ्या	पांढरा, गुलाबी, मरून, पिवळा
५	पिंक	डायअॅन्थस बारबॅट्स	बिया	पांढरा, लाल, निळा, केशरी
६	झेंडू	टॅगेटम इरेक्टा	बिया	लाल, पिवळा
७	जरबेरा	जरबेरा जमेसोनी	बिया	गुलाबी, लाल, पांढरा, पिवळा
८	लेडीज लेस	पिम्पिनेला मोनोइका	बिया	कोथिंबिरीसारखे पांढरे गुच्छ
९	झिनिया	झिनिया इलेगन्स	बिया	पिवळा, पांढरा, गुलाबी, जांभळा
१०	पॉपी	पॅपाव्हेर रोईस	बिया	नारंगी, पिवळा, पांढरा, गुलाबी
११	सनफ्लॉवर	हेलिअॅन्थ अॅनस	बिया	पिवळा
१२	बाल्सम (तेरडा)	इंपेशन्स बाल्सामिना	बिया	गुलाबी, पांढरा, लाल, केशरी
१३	व्हर्बिना	व्हर्बिना हायब्रिडा	फांदीचे तुकडे लावून	गुलाबी, पांढरा, लाल, जांभळा
१४	गझेनिया	गझेनिया स्प्लेन्डेन्स	बिया	गुलाबी पिवळा
१५	कॅलेंड्युला	कॅलेंड्युला ऑफिसिनॉलिस	बिया	पिवळा, नारिंगी

संदर्भ

1) Complete Gardening in India - K. S. Gopalaswamiengar, India

2) Wonderworld of Bonsai And Saikei - Jyoti & Nikunj Parekh

3) Bonsai - Martina Hop

4) Creative Flower Arranging - Tamaris Ryan

5) The Art of Flower Arrangement - Rekha Sarin

6) इकेबाना - शरयू ठाकूर

7) The History of Ikebana - Kudo Masanobu